தெற்கிலிருந்து உலக சரித்திரம்

(கீழடி முதல் கல்வராயன் மலை வரை)

முனைவர் ப. பாலசுப்பிரமணியன்
M.A., M.C.A., M.B.A., M.LISC., M.Phill., Ph.D.,
பல்கலைக் கழக நூலகர்,
மனோன்மணியம் சுந்தரனார் பல்கலைக் கழகம்
திருநெல்வேலி - 627012

சங்கர் பதிப்பகம்
15 / 21, டீச்சர்ஸ் கில்டு காலனி, 2-வது தெரு,
இராஜாஜி நகர் விரிவு,
வில்லிவாக்கம், சென்னை - 600 049.
தொலைபேசி: 044-26502086, 9444191256
email: shankar_pathippagam@yahoo.com
wef: www shankarpathippagam.in & www bookthagam.com

நூல் விவரப் பட்டியல்

நூலின் பெயர்

தெற்கிலிருந்து உலக சரித்திரம்

உரிமை
பதிப்பகத்தார்க்கு
நூலாசிரியர்
முனைவர் ப. பாலசுப்பிரமணியன்

நூல் அளவு
டெம்மி

பதிப்பு ஆண்டு- 2022

ISBN.NO: 978-93-94782-02-0

பக்கங்கள்
192

விலை
ரூ200/-

வெளியீடு
சங்கர் பதிப்பகம்
15/21, டீச்சர்ஸ் கில்டு காலனி,
2-வது தெரு, இராஜாஜி நகர் விரிவு,
வில்லிவாக்கம், சென்னை - 600 049.
தொலைபேசி: 044 - 2650 2086

வடிவமைப்பு & மேலட்டை
பழனி, வில்லிவாக்கம்.
தொலைபேசி : 8667041889

அச்சிட்டோர்
எம்.கே.கிராபிக்ஸ், சென்னை - 600 021.
தொலைபேசி : 98408 28213

ஆசிரியர் உரை

தமிழர் நாகரிகத்தையும் பண்பாட்டையும் சிந்துவெளி நாகரிகத்துடன் ஒப்பிட்டுப் பார்க்கும்போதுதான் இந்திய வரலாறு தெளிவான விளக்கத்தை அடைகின்றது. ஒரு காலத்தில் சிந்துவெளி நாகரிகம் என்று நாம் அழைக்கும் நாகரிகம் இந்தியா எங்கும், இலங்கை எங்கும் பரவியிருந்தது என்பதைத் தொல்பொருள் ஆராய்ச்சி மேலும் மேலும் உறுதிப்படுத்துகின்றது. தமிழர் சமயம், தமிழர் கலைகள், பிற்காலத்தில் காட்டும் இயல்புகள், மொகஞ்சதாரோ ஹரப்பா நகர்களின் கலைகளுடன் ஒப்பிட்டுப் பார்க்கும்போது தெளிவாகின்றன. சென்ற சில ஆண்டுகளாக இந்தியப் பண்பாடும் நாகரிகமும் பெரும்பாலும் திராவிட மக்களுடைய பண்பாட்டையும் நாகரிகத்தையும் அடிப்படையாகக் கொண்டவை என்ற கருத்து இன்று ஏற்றுக்கொள்ளப்படுகின்றது. சுநீதிகுமார் சட்டர்ஜி தம்மிறுதி நாட்களில் இந்தியாவின் பண்பாடு எழுபத்தைந்து விழுக்காடு திராவிடப் பண்பாடு என்று கூறியுள்ளார். அவ்வாறே பிரான்ஸ் நாட்டு அறிஞர் பேராசிரியர் ஜான் பீலிபோசா இந்தியாவிற்குத் திராவிட மக்களால் கொடுக்கப்பட்ட நன்மைகள் இன்னும் முற்றாக ஆராயப்படவில்லை என்று கூறியுள்ளார்.

தமிழர் நாகரிகம் மிகவும் தொன்மை வாய்ந்தது. ஆதிகாலத்தில் இருந்தே தமிழர்கள் பண்பாட்டிலும், கலாசாரத்திலும், நாகரிகத்திலும் சிறந்து விளங்கினார்கள். தமிழர் வரலாறு பற்றி நமக்கு இருக்கும் ஒரே கருவி தமிழ் சங்க கால இலக்கியங்களும், இலக்கண நூலான அரும்பெரும் " தொல்காப்பியமும்" தான். இவற்றின் அடிப்படையில்தான், தமிழகத்தில் தொல்லியல் ஆய்வுகள் நடைபெறுகின்றன.

கீழ்கண்ட இடங்களில் நடைபெற்ற தொல்லியல் ஆய்வுகள் முக்கியத்துவம் பெற்றுள்ளன.

ஆதிச்சநல்லூர், அரிக்கன்மேடு, காவிரிபூம்பட்டினம், உறையூர், கொடுமணல், கீழடி இதை தமிழ் இலக்கியங்கள் நமக்கு அழகுற எடுத்து காட்டுகிறது என்றாலும் உலகளவில் உண்மையைப் பறைசாற்ற நிரூபிக்க, இலக்கியங்கள் மட்டுமே போதாது. அகழ்வாராய்ச்சிகள் மூலம் நடத்தப்படும் சான்றுகளும், அடையாளங்களும் வேண்டும்.

அந்தவகையில் தமிழ்நாட்டில் நடைபெற்ற ஆதிச்சநல்லூர் அகழ்வாராய்ச்சி முதல் பல அகழ்வாராய்ச்சிகள் ஏராளமான தொல்லியல் சின்னங்கள், வரலாற்று சின்னங்களை உலகமே வியக்கும் வண்ணம் வெளிக்காட்டியுள்ளன.

தமிழக அரசின் தொல்லியல்துறை கீழடி, ஆதிச்சநல்லூர், சிவகளை, கொற்கை, கொடுமணல், மயிலாடும்பாறை, கங்கைகொண்ட சோழபுரம் ஆகிய இடங்களில் தீவிரமான அகழ்வாராய்ச்சிகளை மேற்கொண்டது.

ஏற்கனவே கீழடியில் கண்டுபிடிக்கப்பட்ட தமிழி எழுத்துகள் கரிம பகுப்பாய்வுக்கு உட்படுத்தப்பட்டது. அதில் கிடைத்த முடிவுகளில் இந்த எழுத்துகளின் காலம் கி.மு. 6ம் நூற்றாண்டு என்று கண்டுபிடிக்கப்பட்டது. இதேபோல் தூத்துக்குடி மாவட்டம் கொற்கையில், இதற்கு முந்தைய அகழாய்வில் கிடைத்த பொருட்களை ஆய்வுசெய்தபோது கி.மு. 8ம் நூற்றாண்டுக்கு முன்பாகவே கொற்கை ஒரு துறைமுகமாகச் செயல்பட்டது என்று கண்டுபிடிக்கப்பட்டிருக்கிறது. எல்லாவற்றுக்கும் மேலாக சிவகளை பறம்புப் பகுதியில் கண்டுபிடிக்கப்பட்ட முதுமக்கள் தாழி ஒன்றில் கிடைத்த நெல்மணிகள் அமெரிக்க நாட்டின் மியாமி நகரத்தில் உள்ள உலகப் புகழ்பெற்ற சோதனைக்கூடமான பீட்டா அனாலிடிக்கல் லேபரட்டரிக்கு பரிசோதனைக்காக அனுப்பப்பட்டது. அவர்கள் கார்பன் பகுப்பாய்வு முறையில் நடத்திய ஆய்வில் இந்த நெல்மணிகள் கி.மு.1155ஐ சேர்ந்தது எனக் கண்டறிந்துள்ளனர். எனவே தமிழரின் நாகரிகம் குறிப்பாக தென் இந்தியாவின் நாகரிகத் தொட்டில் என்று

கூறப்படும், பொருநை ஆற்று நாகரிகம், அதாவது தாமிரபரணி ஆற்றங்கரை நாகரிகம் 3 ஆயிரத்து 200 ஆண்டுகளுக்கு முற்பட்டது என்று கண்டுபிடிக்கப்பட்டுள்ளது.

தமிழ்நாட்டில் அகழ்வாராய்ச்சிகள் மூலம் கிடைக்கப்பெறும் சான்றுகளைப் பார்த்தால், தமிழர் நாகரிகம் மிகப் பழமையான நாகரிகம் என்பது உறுதிப்படுத்தப்பட்டுள்ளது.

'யாதும் ஊரே யாவரும் கேளிர்' என உலகுக்கு அறிவித்த தமிழரின் பண்பாட்டு அடையாளங்களைத் தேடி இனி உலகெங்கும் பயணம் செய்வோம். இந்தியத் துணைக் கண்டத்தின் வரலாறு இனி தமிழ் நிலப்பரப்பிலிருந்துதான் தொடங்கி எழுதப்படவேண்டும் என்பதைச் சான்றுகளின் அடிப்படையில் அறிவியல் வழிநின்று நிறுவுவதே தமிழக அரசின் தலையாய கடமை என்று மாண்புமிகு தமிழ்நாடு முதலமைச்சர் மு.க.ஸ்டாலின் சட்டசபையில் பேசினார். இக்கருத்தை இந்தியக் குடியரசுத் துணைத்தலைவர் ஏற்றுக்கொண்டு பாராட்டினார்.

தமிழ்நாடு மிகப் பண்டைய காலத்திலிருந்து சிறந்து விளங்கும் ஒரு வளமான கலாசார பாரம்பரியத்தைக் கொண்டுள்ளது. சில அகழ்வாராய்ச்சி பொருட்களின் கார்பன் டேட்டிங் காலத்தை அறியும் ஆய்வு தாமிரபரணி நாகரிகம் 3 ஆயிரத்து 200 ஆண்டுகள் பழமைவாய்ந்தது என்பதை வெளிப்படுத்தி அதன் தொன்மையின்மீது புத்தொளி பாய்ச்சி இருக்கிறது. இந்தியத் துணைக் கண்டத்தின் வரலாற்றை மீண்டும் எழுதவேண்டும் என்ற முதல் அமைச்சர் மு.க.ஸ்டாலின் கருத்துகளை நான் ஆமோதிக்கிறேன் என்று சென்னையில் நடந்த விழாவில் துணை ஜனாதிபதி வெங்கையா நாயுடு பேசினார்.

இப்படி தமிழர்களுக்கு, தமிழ்நாட்டுக்கு மிகவும் பெருமை சேர்ப்பதாக அமைந்துள்ளது இந்திய நாகரிகம் என்றால் அதற்கு முன்னோடி தமிழரின் நாகரிகம்தான் என்பதை ஒட்டுமொத்த இந்தியாவில் மட்டுமல்ல, உலகம் முழுவம் உள்ளவர்களுக்கு உணர்த்தியுள்ளது.. அத்தகைய உயர்ந்த தமிழர் நாகரிகத்தை வரலாற்றின் மூலமாகவும், இலக்கியம்

மூலமாகவும், அகழ்வாராய்ச்சி கல்வெட்டுக்கள் மூலமாகவும் இந்நூலில் விளக்கியுள்ளேன். உலகின் சரித்திரத்தினை தெற்கில் இருந்து படிப்பார்கள் என்பதில் ஐயமில்லை.

தமிழர் நாகரிகத்தை உலகுக்கு உரைத்த அறிஞர்கள், ஆய்வாளர்கள் மற்றும் தமிழ் வளர்ச்சித்துறை அமைச்சர் மாண்புமிகு தங்கம் தென்னரசு அவர்களுக்கும் எனது நன்றிகளைத் தெரிவித்துக் கொள்கிறேன். அத்துடன் நூலினை அழகுற அச்சிட்டு வெளியிட்ட சங்கர் பதிப்பக உரிமையாளர் கோமதிநாயகம் அவர்களுக்கும் மற்றும் உடனிருந்து உதவிய ஆய்வு மாணவர் அ.பாலாஜி ஆகியோருக்கும் நன்றி தெரிவித்துக்கொள்கிறேன்.

முனைவர். ப. பாலசுப்பிரமணியன்

பொருளடக்கம்

1. தொல்பொருள் ஆய்வு

ஒரு நாட்டின் வரலாறு, மக்கள் பண்பாடு, பழக்க வழக்கங்களை முறையாகப் பதிவு செய்து வந்தால் மட்டுமே பிற்காலச் சந்ததியினர் அதனை அறிய ஏதுவாகும். நம் நாட்டில் முன்னர் மன்னர் ஆட்சிக் காலத்தில் இதுபோன்ற நடைமுறை வழக்கில் இல்லை.

ஆனால் அன்றைய புலவர் பெருமக்கள் தாங்கள் எழுதிய இலக்கியங்கள், மன்னனைப் புகழ்ந்து பாடி பாடல்களில் இக்குறிப்புகளைக் கூறியிருந்தனர். அதன் மூலமாகத்தான் நம் பண்டைய வரலாற்றை, பண்பாட்டை ஓரளவு அறிய முடிகிறது.

1910க்கு முன்பு வரை நம் நாட்டிற்கு வந்த ஐரோப்பியர்கள்தான் பழம்பொருள்களைச் சேகரிப்பதில் ஆர்வம் காட்டினர். தொடக்க காலத்தில் இது பொழுது போக்காகவே அமைந்தது. அதன் பின் தங்கள் மதத்தைப் பரப்ப வந்த மதக் குருமார்கள் மக்களைப் பற்றி, அவர்கள் பழக்க வழக்கங்கள் பற்றி கவனம் செலுத்தினர். அதுவும் அவர்கள் மதத்தைப் பரப்ப உதவும் என்பதற்காகத்தான்.

1940–45ஆம் ஆண்டுகளில் தான் நம் கலாச்சாரம், பண்பாடு, கலைகள், தொல் பொருள்கள் மீது அவர்கள் கவனம் திரும்பியது. அது பற்றிய செய்திகளைத் தொகுக்கவும் ஆராயவும் முற்பட்டனர். பின்பு இந்தியா முழுமையும் ஒவ்வொரு பகுதிகளிலும் வட்டார அளவில், ஊர் அளவில் இந்த ஆராய்ச்சி மேற்கொள்ளப்பட்டது.

முதலில் பொழுது போக்கிற்காக ஆரம்பித்து, பின்னர் ஆராய்ச்சியாக மேற்கொள்ளப்பட்டது. இவை முறையாக 1956ஆம் ஆண்டிலிருந்து தொடங்கியது எனலாம். கால்டுவெல் போன்ற ஐரோப்பிய அறிஞர் பெருமக்கள் மதபோதகர்களாக இந்தியா வந்து பின் நம் மொழியையும் கலாச்சாரத்தையும் கண்டு வியந்து அது பற்றிய ஆய்வில் முழுமையாக ஈடுபட்டனர். மேலும் இவர்களைப் போல

வந்த ஐரோப்பியர்கள் தங்கள் நாட்டின் தலைமையகத்திற்கு அனுப்பிய அவர்கள் செயல்பாடுகள் பற்றிய அறிக்கைகளும், யுவான் சுவாங் போன்ற யாத்திரீகர்கள் எழுதிய குறிப்புகளும் இன்று வரலாற்று ஆவணங்களாகத் திகழ்கின்றன.

பண்டையக் கால மக்கள் விட்டுச் சென்ற சான்றுகள் அடிப்படையில் அவர்களது வாழ்க்கை முறை, நாகரிகம் பற்றிக் குறிப்பிடுவது – பதிவு செய்வதே தொல்லியல் ஆகும்.

ஐரோப்பியர்கள் பொழுது போக்கிற்காகச் சேகரித்த பொருள்களை ஓரிடத்தில் பாதுகாப்பாய் சேமித்தனர். அதுவே மியூசியம் என்னும் அருங்காட்சியமாக உருவானது.

முதன்முதலில் மக்களின் வாழ்வியல், பழங்குடியினர் பற்றிய செய்திகளைத் தொகுத்தவர் மெகன்சி ஆவார். இதுவே பின்னர் தொல் பொருள் ஆய்வாக விரிவடைந்தது. மக்கள் பயன்படுத்திய நாணயங்கள், பயன்படுத்திய வீட்டு உபயோகப் பொருள்கள் (பானை முதலியன), ஆபரணங்கள், ஆயுதங்கள், பாறைகள் – மண்பாண்டங்களில் வரைந்த ஓவியங்கள் – செய்திகள், கல்வெட்டுகள், செப்பேடுகள் தொகுக்கப்பெற்று மியூசியத்தில் காட்சிப்படுத்தப்பட்டன. இவ்வாறு இந்தியர்கள் பற்றிய ஆராய்ச்சி அவர்கள் ஏற்படுத்திய பல்கலைக் கழகங்களின் வரலாற்றுத் துறையாக உருவெடுத்தது.

இதன் நீட்சியாக 1920இல் ஹீராஸ் பாதிரியார் மொகஞ் சதரோ தொல்பொருள் ஆய்வை மேற்கொண்டார். இதுவே இந்தியத் தொல்பொருள் ஆய்வின் தொடக்கமாகும். அதன்பின் ஆங்கிலேயர்கள் தொல்பொருள் ஆய்வு நிறுவனத்தைத் தொடங்கினர். அதில் கிடைத்த செய்திகளைத் தொகுத்து வெளியிட்டனர்.

இடையில் உலகப் போர் காலத்தில் இந்தத் தொல்பொருள் ஆய்வு முடங்கிப் போனது. இந்தக் காலத்தில் இந்தியர்களும் இந்தத் துறையில் ஆர்வம் காட்டினர். இந்திய அரசு 1861ல் தொல்லியல் ஆய்வு நிறுவனத்தைத் தொடங்கியது.

1784இல் வில்லியம் ஜோன்ஸ் என்பவர் ஆசியக் கழகம் என்ற அமைப்பின் மூலம் இந்திய இலக்கியங்கள், கோயில்கள், கலைகள் ஆகியவற்றின் பெருமைகளை ஆய்வு

செய்து வெளியிட்டார். இந்தியாவில் வைஸ்ராயாக இருந்த கர்சன் பிரபு காலத்தில் தொல்லியலுக்கு முக்கியத்துவம் அளிக்கப்பட்டது.

1946இல் வீலர் என்பர் ‘பண்டைய இந்தியா’ என்ற மலரை வெளியிட்டார். இந்தியத் தொல்லியல் – ஓர் மதிப்பீடு என்னும் இதழ் 1953ஆம் ஆண்டிலிருந்து வெளியானது.

அதன் பின்னர் இந்தியப் புதைபொருள் ஆராய்ச்சிக் கழகம் என்ற அமைப்பு ஏற்படுத்தப்பட்டது. இதில் சிறந்த ஆராய்ச்சியாளராக இருந்தவர் அலெக்சாண்டர் கன்னிங்ஹாம் ஆவார். அவரது கடுமையான உழைப்பின் காரணமாக நாலந்தா, தட்சசீலம், பாடலிபுத்திரம், கோசும்பி முதலிய பழைய நகரங்கள் பற்றி அறிய முடிந்தது. தென்னிந்தியாவில் அமராவதி என்னும் இடத்தில் வியக்கத்தக்க சிற்பங்களும், கல்வெட்டுகளும், கட்டிடச் சிதைவுகளும் கிடைத்தன. இந்தியத் தொல்லியல் துறை ஆய்வு வரலாற்றில் குறிப்பிடத் தகுந்த ஆய்வாக அமைந்தது சிந்துவெளி மற்றும் ஹரப்பா – மொகஞ்சதாரோ புதைபொருள் ஆய்வாகும்.

சிந்து சமவெளி ஆய்வின் மூலம் சிதைந்த கட்டிடங்கள், மட்பாண்டங்கள், நுண்ணிய துளைகளைக் கொண்ட மிகச் சிறிய மணிகள், அழகிய வழவழப்பான களிமண் பொம்மைகள், விளையாட்டுப் பொருள்கள், சித்திர எழுத்துகள், ராஜமுத்திரை ஆகியன கண்டறியப்பட்டன.

இதன்மூலம் இங்கு வாழ்ந்த மக்கள் 3000 ஆண்டுகளுக்கு முற்பட்டவர்கள், கடல் கடந்தும் வணிகம் செய்தனர். தெய்வ வழிபாட்டில் நம்பிக்கை உடையவர்கள். உயர்தர உடை, அணிகலன்களைப் பயன்படுத்தியவர்கள், கைத்தொழில், இசை, ஓவியம், நடனம், மருத்துவம் முதலியவற்றில் தேர்ச்சி பெற்றவர்கள் என்பது உறுதியானது. மேலும் இவர்கள் இந்தியாவிற்குள் குடிபுகுந்த ஆரியர்களுக்கும் முற்பட்டவர்கள் என்பதும் தெளிவானது.

1956இல் மொழிவாரி மாநிலங்கள் பிரிக்கப்பட்ட பின்னர் அப்போதைய பிரதமர் நேரு அவர்கள் கூறியபடி மாநிலங்கள் தோறும் தொல்பொருள் சேகரிப்பும் ஆராய்ச்சியும் மேற்கொள்ளப்பட்டன. இதன்படி தமிழகத்தில் அரிக்கமேடு, மண்ணச்ச நல்லூர், பூம்புகார், கங்கை கொண்ட சோழபுரம்,

உறையூர் ஆகிய இடங்களில் தொல்பொருள் ஆய்வுகள் மேற்கொள்ளப்பட்டன. இதன் வழி பண்டைய கால கல்வெட்டுகள், எழுத்துகள், பாறைச் சிற்பங்கள், நடு கற்கள் கண்டுபிடிக்கப்பட்டன.

கல்வெட்டு ஆய்வு

1837 ஆம் ஆண்டு முதன்முதலில் ஜேம்ஸ் பிரின்சப் கல்வெட்டுகளை எல்லாம் திரட்டி ஒழுங்குபடுத்தி இந்திய வரலாற்றை ஒழுங்குபடுத்தி தெளிவாக்கினார். தமிழகத்தில் செந்தமிழ், தமிழ்ப்பொழில் போன்ற இதழ்களில் தமிழக வரலாற்று அறிஞர்களான மு. இராகவையங்கார், ந.மு. வேங்கடசாமி நாட்டார், சதாசிவப் பண்டாரத்தார், மயிலை சீனி வேங்கடசாமி, சுந்தரேச வாண்டையார், சாத்தன்குளம் ராகவன் போன்றோர் தொடர்ந்து ஆய்வு மேற்கொண்டு கட்டுரைகளாகவும் நூல்களாகவும் அவற்றைப் பதிவேற்றம் செய்தனர்.

இதுவரை தென்னிந்திய கல்வெட்டுகள் 25 தொகுதிகள் வந்துள்ளன. சீவெல், மெக்கன்ஸி போன்றோர் 'தென்னிந்திய வரலாற்றுக் கல்வெட்டுகள் 18' என்னும் தொகுதியை வெளியிட்டனர்.

ஐராவதம் மகாதேவன் என்னும் வரலாற்று அறிஞர் 'ஹராப்பா எழுத்துக்களின் தொகுதி 26' என்ற நூலை வெளியிட்டார்.

தமிழக அரசு இராமநாதபுரம் பூலாங்குறிச்சியில் பெரிய கல்வெட்டைக் கண்டறிந்தது. இக்கல்வெட்டு 1600க்கு முற்பட்டது. 1861இல் கல்வெட்டாய்வு தொடங்கப்பெற்று இதுவரை சுமார் 75000 கல்வெட்டுகள் கண்டு பிடிக்கப்பட்டுள்ளன.

மேலும் திருப்பதி கோவிலிலும் பல தமிழ் கல்வெட்டுகள் காணப்படுகின்றன.

செப்பேடு

தமிழ் வரலாற்றுக் கழகம் பல்லவர் செப்பேடுகள் முப்பது, பாண்டியர் செப்பேடுகள் பத்து ஆகிய இரு தொகுதியை வெளியிட அரசு முடிவு செய்துள்ளது. சென்னைப் பல்கலைக்கழகத் தொல்லியல்துறை 'தென்னிந்திய பழைமை

எழுத்தியல் 25' என்ற நூலையும் மெக்கன்ஸியின் கையெழுத்துப் பிரதிகளில் ஒன்றையும் நூலாக வெளியிட்டுள்ளது.

புதைபொருள் ஆராய்ச்சி

பண்டைய மக்கள் வாழ்ந்த பகுதிகளில் அகழ்ந்து ஆராய்ந்து அவர்கள் பயன்படுத்திய பொருட்களைத் தொகுத்து அதன்வழி அவர்களைப் பற்றிய விவரங்களை ஆராய்ந்தறிவர். இதன் ஒரு பகுதியாக சென்னை பல்லாவரத்தில் சவக்குழிகள், மண்பெட்டிகள், தாழிகள், எலும்புகள் கிடைத்தன.

ஆதிச்ச நல்லூரில் ஏராளமான தாழிகள் கிடைத்துள்ளன. பல்லடம் வட்டத்தில் பல மண்மேடுகள், கறுப்பு நிற மட்பாண்டங்கள், கோப்பைகள், ஆடுமாடுகள் நிற்பது போன்ற கோலங்கள் கிடைத்துள்ளன.

அரிக்கமேடு

புதுச்சேரியை அடுத்த அரியாங்குப்பத்திற்கு அருகில் துப்ரேய்ல் என்ற அறிஞர் குழுவே அரிக்கமேடை கண்டறிந்தனர். இந்த இடம் ஆற்றின் நீர் மட்டத்திலிருந்து 20லிருந்து 30 அடி வரை உள்ளது. இங்கு மணிகள், சங்குகள், கற்கள், எலும்புத் துண்டுகள், உரோமச் சக்கரவர்த்தி அகஸ்டஸ் உருவம் பொறிக்கப்பட்ட கர்னீலியன் மணிகள் கிடைத்துள்ளன. மேலும் சாதவாகனர்களின் நாணயங்கள் டெர்ரகோட்டாவினால் செய்யப்பட்ட பதுமைகள் கிடைத்தன. இவை 3ஆம் 5ஆம் நூற்றாண்டைச் சேர்ந்தவை என்கின்றனர்.

தமிழக அரசு

தற்போதைய முதல்வர் ஸ்டாலின் அவர்கள் தமிழனின் தோற்றம், பழக்க வழக்கங்கள், உலகின் மூத்தகுடி தமிழ்க்குடி என்பதை வலியுறுத்தும் உண்மைகளைக் கண்டறிந்து வெளியே கொண்டுவர ஆர்வம் கொண்டுள்ளார். தமிழகத்தில் தடைபட்டு நின்று போன தொல்பொருள் ஆய்வுப் பணியை முடுக்கி விட்டுள்ளார். அத்துறையின் அமைச்சர் தங்கம் தென்னரசு அவர்களும் இதில் தனிக்கவனம் செலுத்தி வருகின்றார். உலகின் மூத்தகுடி தமிழர்களே என்பதை விரைவில் உறுதிப்படுத்துவார்கள்.

***

2. கீழடி

தமிழர் நாகரிகத்தின் தாய் மடி

மதுரை அருகே உள்ள கீழடியில் மேற்கொண்ட தொல்லியல் ஆய்வில் கிடைத்த கட்டடங்கள், தொல்பொருட்கள் ஆகியவை, தமிழ்நாட்டின் வரலாற்றுத் துவக்கம் குறித்தும் தமிழர்களின் வாழ்வு குறித்தும் முன்பிருந்த பல கருத்துகளை மாற்றியமைத்தன. தமிழ்நாட்டின், தமிழர்களின் பெருமைக்குரிய புள்ளிகளில் ஒன்றாக கீழடி உருவெடுத்திருக்கிறது.

கீழ்டி தொல்லியல் அகழாய்வு மையம் தமிழ்நாட்டில் மதுரை நகரத்திற்கு தென்கிழக்கில் சுமார் 13 கிலோ மீட்டர் தூரத்தில், சிவகங்கை மாவட்டம், திருப்புவனம் வட்டம், திருப்புவனம் ஊராட்சி ஒன்றியம், கீழடி ஊராட்சியில் உள்ள கீழடி கிராமத்தின் பள்ளிச்சந்தை திடல் மேட்டுப்பகுதியில் உள்ளது. 2014ஆம் ஆண்டில் மத்திய தொல்லியல் துறை நடத்திய ஆகழாய்வில் அங்கு, 2,000 ஆண்டுகளுக்கு முற்பட்ட காலத்திலிருந்து மனிதர்கள் வாழ்ந்ததற்கான ஆதாரங்கள் கண்டுபிடிக்கப்பட்டன.

மதுரையிலிருந்து இராமநாதபுரத்தின் அழகன்குளம் துறைமுகத்துக்குச் செல்லும் பண்டைய வணிகப் பாதையில், சிவகங்கை மாவட்டத்தில் உள்ள கீழடி என்ற ஊரின் கிழக்கே சுமார் ஒரு கி.மீ தொலைவில், மணலூர் கண்மாயின் மேற்கரையில் உள்ள பள்ளிச்சந்தைத் திடல் என்ற பெயரிலான மண்மேட்டில் இவ்வகழாய்வு தொடங்கப்பட்டது.

பெங்களூரில் உள்ள இந்திய அகழ்வாய்வுப் பிரிவு 2014–15, 2015–16 ஆகிய ஆண்டுகளில் ஆகழ்வாய்வுகளை மேற்கொண்டது. இதற்குப் பிறகு தமிழ்நாடு அரசு 2017 – 18ல் அகழாய்வுப் பணிகளைத் துவங்கியது. ஆதிச்சநல்லூர் தொல்லியல் களத்துக்கு அடுத்து இந்தியத் தொல்லியல் ஆய்வு நிறுவனத்தால், தமிழ்நாட்டில் நடத்தப்படும் பெரிய அளவிலான அகழாய்வு கீழடி தான். இதைப் பார்க்க தமிழகம் மட்டுமின்றி வடமாநிலங்கள், உலக நாடுகளைச்

சேர்ந்த சுற்றுலா ஆர்வலர்களும், தொல்லியலாளர்களும் குவிந்து வருகின்றனர்.

'கீழடியில் தொடங்கி வைகை நதி கடலில் சேரும் ராமநாதபுரம் ஆற்றங்கரைவரை தமிழர் நகர நாகரிகத்தின் அடையாளங்கள் இருக்கும்' என்று சொல்கிறார்கள். இன்று உலகத் தமிழர்களால், தமிழர் நாகரிகத்தின் தாய் மடியாக கீழடி பார்க்கப்பட்டு வருகிறது.

இரட்டைச்சுவர், உறைகிணறு, மணிமாலைகள், சுட்ட மண்ணால் செய்யப்பட்ட குவளைகள் எனப் பல்வேறு அரிய பொருள்கள் முதல் வருடத்தில் கண்டெடுக்கப்பட்ட தொல்பொருள்கள் மூலம், 'இது தமிழரின் தனித்த நாகரிகம், வட இந்திய நாகரிகத்தின் சாயல் ஏதுமில்லை, மத அடையாளமில்லை' என்று சொன்னவுடனேயே மக்கள் மகிழ்ச்சியடைந்தார்கள். இரண்டாம்கட்ட ஆய்வு தொடங்கப்பட்டது. அதிலும் பல்வேறு பொருள்கள், நீராவித் தொட்டிகள் கண்டெடுக்கப்பட்டன. மூன்றாம்கட்டப் பணியைத் தொடங்கி நடத்தியபோதும் ஏகப்பட்ட பொருள்கள் கிடைத்தன.

அந்த அகழ்வாராய்ச்சியில் கிடைத்த பொருட்கள் மீது செய்யப்பட்ட ஆய்வின் முடிவுகள் வெளியிடப்பட்டபோது, தமிழ்நாட்டு வரலாற்றின் பழமை குறித்த முந்தைய கருத்துகள் பெரும் மாற்றத்திற்கு உள்ளாயின. தமிழ்நாட்டில் வேறெங்கும் இல்லாத வகையில் முதல் முறையாக பழங்காலக் கட்டடத் தொகுதிகளும் அகழ்தெடுக்கப்பட்டன.

இது வைகை ஆற்றங்கரையில் உருவான தமிழர் பண்பாட்டை வெளிக்கொணர்கிறது. இத்தொல்லியல் களம் சுமார் கி.மு. 6ஆம் நூற்றாண்டிற்கும், கி.மு. 5ஆம் நூற்றாண்டிற்கும் இடைப்பட்ட காலத்திற்குரியது எனக் கணித்துள்ளனர். இந்த அகழ்வாய்வில் சிந்துவெளி நாகரிகத்திற்கும் தொடர்புள்ளது. சிந்து, கங்கை நதிக்கரை நாகரிகத்திற்கு பின், இரண்டாம் நிலை நகர நாகரிகங்கள், தமிழகத்தில் தோன்றவில்லை என்ற கருத்துக்கு மாறாய், சுமார் 2200 ஆண்டுகளுக்கு முந்தைய வைகை கரை நாகரிகம் சிறந்து விளங்கியதற்கான சான்றுகள் கீழடி அகழாய்வில் கிடைத்துள்ளன. வைகை நதியின் தென்கரையில் மதுரையிலிருந்து சுமார் 20 கி.மீ தூரத்தில் அமைந்துள்ள வரலாற்றுச் சிறப்புமிக்க கீழடி கிராமம் சிவகங்கை மாவட்டத்தில் அமைந்துள்ளது. தமிழகத்தில் அமைந்துள்ள அகழாய்வுகளிலேயே இதுதான் மிகப்பெரிய அளவில் நடைபெற்ற அகழாய்வாகும். இங்கு 40க்கும் மேற்பட்ட குழிகள் தோண்டப்பட்டு நடத்தப்பட்ட அகழாய்வில் சங்ககால மக்களின் தொல் எச்சங்கள் அதிகளவில் கிடைத்துள்ளன. சங்க இலக்கியப் பாடல்களில் காணப்படும் பொருட்கள் அனைத்துமே இங்கே கிடைத்திருப்பதாக வரலாற்று ஆய்வாளர்களும், சங்கத்தமிழ் ஆர்வலர்களும் மகிழ்ச்சியுடன் தெரிவிக்கின்றனர்.

கீழடி அகழ்வாராய்ச்சி உட்புறக் காட்சி

தமிழகத்தில் இதுவரை நடந்த அகழ்வாராய்ச்சிகளில் முதுமக்கள் தாழி, மண்பாண்டங்கள் தான் கிடைத்துள்ளன. ஆனால், கீழடியில் தான் ஒரு நகர நாகரிகம் வாழ்ந்ததற்கான அடையாளங்கள் ஆதாரங்களாய்க் கிடைத்துள்ளன. மதுரை, வைகை நதியின் தென்கரையில் திருப்புவனத்தில் உள்ள கீழடியில் சுமார் 2 ஆயிரம் ஆண்டுகளுக்கு முந்தைய வைகை நாகரிகம் சிறப்புற விளங்கியதற்கான சான்றுகள் தோண்ட, தோண்டக் கிடைத்துக் கொண்டே இருக்கின்றன. இலக்கிய 'மணிகள்': குறிப்பாக, சிலப்பதிகாரம், பரிபாடல், மதுரைக்காஞ்சி போன்ற இலக்கியங்களில் குறிப்பிடப்பட்டிருக்கும் கல்மணிகள் 600க்கும் மேற்பட்டவை கீழடியில் கிடைத்துள்ளன.

முத்துமணிகள், பெண்களின் கொண்டை ஊசிகள், பெண்கள் விளையாடிய சில்லு, தாயக்கட்டை, சதுரங்கக் காய்கள், சிறுகுழந்தைகள் விளையாடிய சுடுமண் பொம்மைகள் ஆகிய சங்க காலம் குறிப்பிடும் பல தொல்பொருட்களும் இங்கு அதிகளவில் கிடைத்திருக்கின்றன.

ஆடையிலும் அழகு... அழகிய ஆபரணங்கள் மட்டுமின்றி இங்கு கிடைத்த மற்றொரு முக்கியமான பொருள் நூல் நூற்கும் தக்ளி. அக்கால மக்கள் நூல் நூற்று ஆடை நெய்து அணிந்து வாழ்ந்திருப்பதை கீழடி உறுதி செய்துள்ளது.

மேலும் பட்டினப்பாலையில் குறிப்பிடப்படும் சுடுமண் உறைகேணிகளும் இங்கு கிடைத்திருக்கின்றன.

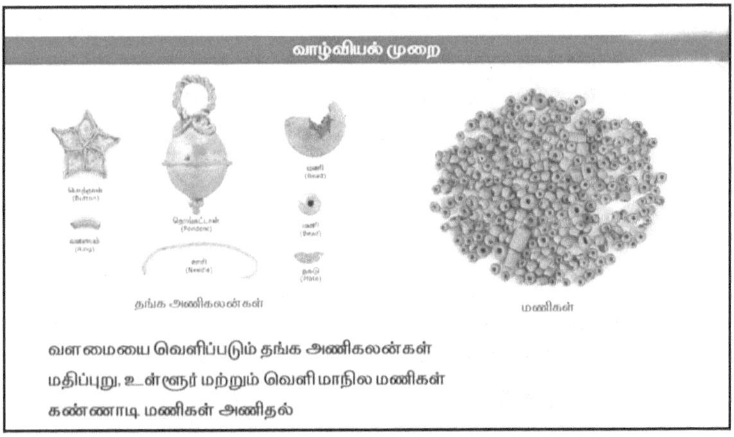

கி.மு. 3ம் நூற்றாண்டிலிருந்து கி.பி. 2ம் நூற்றாண்டு வரையிலான காலப்பகுதியே தமிழில் சங்க காலம் எனக் கருதப்படுகிறது. ஆனால், இங்கு கிடைத்த பிராமி எழுத்துகளை வைத்து சங்க காலம் மேலும் மூன்று நூற்றாண்டுகள் பின்னோக்கிச் செல்லலாம் எனக் கருதப்படுகிறது.

4
5

நான்காம் கட்ட ஆய்வில் கண்டெடுக்கப்பட்ட அரும்பொருள்கள் இன்றைக்கு தமிழர் நாகரிகத்தைக் கம்பீரமாக எழுந்து நிற்க வைத்துள்ளது. இதுவரை பண்டைய தமிழ்ச்சங்கம், வணிக மையங்கள், உரோமாபுரி, பிற இந்திய மாநிலங்களுடன் தமிழ்நாடு கொண்டிருந்த வணிகத் தொடர்புகள் குறித்த ஆதாரங்கள் *40*க்கும் மேற்பட்ட தொல்லியல் துறையின் அகழாய்வுகளில் கிடைத்தன. அந்த “*40*” ஆய்வுகளில் இருந்து இந்த “கீழடி” ஆய்வு முற்றிலும் வேறுவிதமான அரிய தகவல்களை அள்ளிக் கொண்டு வந்து “கோபுரமாக” குவித்திருக்கிறது. தமிழர்களின் நாகரிகத்தின் அடையாளமாக ஆதாரமிக்க சான்றுகளாக இன்றைக்கு கீழடி அகழ்வாராய்ச்சி முடிவுகள் வெளிவந்துள்ளன.

கீழடி, நான்காவது அகழாய்வில் *5820* அரும்பொருள்கள் கண்டெடுக்கப்பட்டுள்ளன. அவை அனைத்தையும் ஆய்வுக்கு அனுப்பினர். அதன் முடிவுகளும் வந்தது. "தமிழர் நாகரிகம் பண்டைய காலத்திலேயே வளர்ச்சி அடைந்த நாகரிகம்" என்பதை அறிவிக்கும் விதத்தில் *50*க்கும் மேற்பட்ட தமிழ் பிரமி எழுத்துகள் பொறிக்கப்பட்ட மட்கலத் துண்டுகள்

கீழடி ஆய்வில் தோண்டியெடுக்கப்பட்டுள்ளன. "கீழடி பண்பாடு *2,600* ஆண்டுகள் பழமை வாய்ந்தது" என்பது இந்த அகழாய்வில் கிடைத்துள்ள மிக முக்கியமான கண்டுபிடிப்பு. இந்திய வரலாற்றுக்கே சிறப்பானது தமிழர் வரலாறு என்பது விளங்கியது.

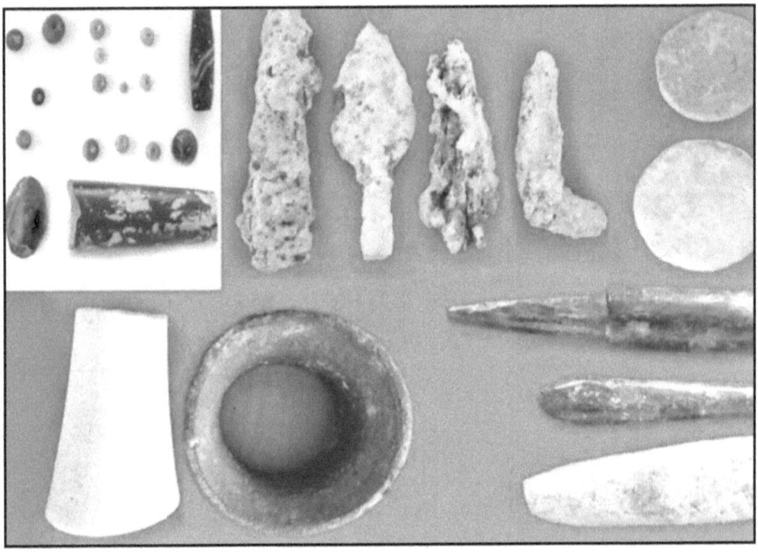

இதுவரை தமிழர்களின் நகரமயமாதல் கி.மு. *3* நூற்றாண்டை சேர்ந்தது என்றுதான் ஆதாரங்கள் இருந்தது. ஆனால் இப்போது கி.மு. *6* ஆம் நூற்றாண்டிலேயே தமிழர்கள் மத்தியில் "நகரமயமாதல்" இருந்துள்ளது என்பது ஆதாரபூர்வமாகக் காணப்பட்டுள்ளது. இதுவரை தமிழ்ப் பிரமி எழுத்துகள் கி.மு *5*ஆம் நூற்றாண்டைச் சேர்ந்தவை என்ற கூற்றுதான் இருந்து வந்தது. இப்போது அது கி.மு *6*ஆம் நூற்றாண்டுக்குரியது என்பது உறுதி செய்யப்பட்டு தமிழ்ப் பிரமி எழுத்துகள் வரலாறு நூறாண்டுகளுக்கு முன்பு சென்றுள்ளது. கறுப்பு, சிவப்பு நிறப் பானைகளில் காணப்படும் இந்தப் பிரமி எழுத்துகள் வரலாற்று பொக்கிஷமாகக் கிடைத்திருப்பது தமிழர்கள் மத்தியில் மகிழ்ச்சியை ஏற்படுத்தியிருக்கிறது. தமிழகம் கி.மு *3*ஆம் நூற்றாண்டில்தான் எழுத்தறிவு பெற்ற சமூகமாக விளங்கியது என்று இதுவரை

நம்பியிருந்தார்கள். ஆனால், கீழடி ஆய்வில் தமிழர்கள் கி.மு 6ஆம் நூற்றாண்டிலேயே எழுத்தறிவு பெற்ற சமூகமாக வாழ்ந்திருப்பது தெரியவந்துள்ளது. ஆகவே, தமிழர்களின் எழுத்தறிவு வரலாறு 300 ஆண்டுகள் முன்பு சென்றுள்ளதை இந்த ஆய்வு வெளிப்படுத்தியிருக்கிறது. சான்றோர்கள் வாழ்ந்த பூமி தமிழர் பூமி என்பது நிலைநிறுத்தப்பட்டுள்ளது. இங்கு கிடைத்த “கீறல்கள்” சிந்து சமவெளி நாகரிகத்துக்குச் சமமாக இருக்கிறது என்ற அரிய தகவலும் கிடைத்திருக்கிறது.

தமிழர்கள் வளர்த்த விலங்குகள் பட்டியலில் திமில் காளை, எருமை, வெள்ளாடு, கலைமான், காட்டுப்பன்றி, மயில் போன்றவற்றின் எலும்புத் துண்டுகள் “கீழடி ஆய்வில்” கண்டறியப்பட்டுள்ளன. அப்படிக் கண்டெடுக்கப்பட்டுள்ள 70 எலும்புத் துண்டுகளில் திமில் காளை, எருமை,

வெள்ளாடு போன்றவற்றின் எலும்பு துண்டுகள் 53% என்று கணக்கிடப்பட்டுள்ளது மட்டுமின்றி, சில துண்டுகளில் வெட்டுக் காயங்கள் இருப்பது தமிழர்கள் அசைவப் பிரியர்களாகவும் இருந்திருக்கிறார்கள் என்பது தெரிய வந்திருக்கிறது. இதன் மூலம், சங்க கால சமூகம் வேளாண்மையை முதன்மைத் தொழிலாகக் கொண்டிருந்ததும், கால்நடை வளர்ப்பில் முக்கியப் பங்கு வகித்ததும் தெரிய வந்திருக்கிறது.

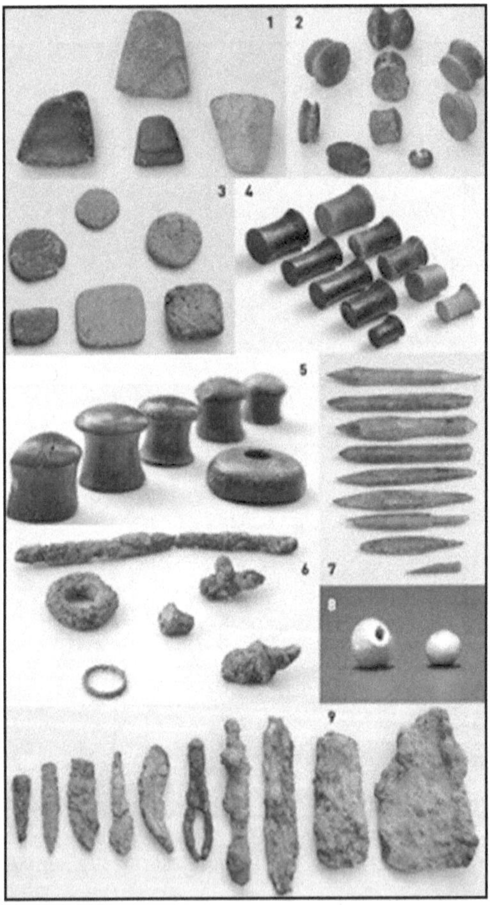

தமிழர் பெண்களின் வரலாறு பற்றியும் கீழடி ஆய்வில் பல முக்கியத் தகவல்கள் கிடைத்திருக்கின்றன. பெண்கள் தங்களை அலங்கரித்துக் கொள்ளும் கல் மணிகள், சுட்டு வளையல்கள்,

தந்த வளையல்கள் உள்ளிட்ட 4,000 பொருள்கள் இந்த ஆய்வில் கண்டெடுக்கப்பட்டுள்ளன. இந்த அலங்காரப் பொருள்கள் சங்க கால சமூகம் வளமும் செழிப்பும் மிகுந்து விளங்கியதற்கு சான்றாவணங்களாக இருக்கின்றன. தமிழ்குலப் பெண்கள் விளையாடும் விளையாட்டுப் பொருள்களான வட்டச் சில்லுகள் ஏறக்குறைய 600 கண்டெடுக்கப்பட்டுள்ளன. இந்த "வட்டச் சில்லு" தற்போது மதுரை வட்டாரத்தில் "பாண்டி" விளையாட்டு என்று பெண்கள் மத்தியில் மிகவும் பிரபலமாக இருக்கிறது. எல்லாவற்றுக்கும் மேலாக 80 சதுரங்க காய்களும் இந்தக் கீழடி அகல்வாய்வில் எடுக்கப்பட்டுள்ளன. இது விளையாட்டுத்துறையில் பழங்காலத் தமிழர்களின் ஆர்வத்தை காட்டுகிறது.

"சங்ககாலம் கி.மு 3ஆம் நூற்றாண்டு அல்ல. கி.மு 6ஆம் நூற்றாண்டு" என்பதும், "கீழடி பண்பாடு காலம் கி.மு 6ஆம் நூற்றாண்டு" என்பதும் கீழடி தமிழர்களுக்குத் தந்துள்ள மிகப்பெரிய பெருமை. தமிழர்களின் நாகரிகத்துக்குக் கிடைத்துள்ள மிக உறுதியான ஆதாரபூர்வமான சான்றிதழ். அந்த அகழ்வாராய்ச்சியில் கிடைத்த பொருட்கள் மீது செய்யப்பட்ட ஆய்வின் முடிவுகள் தமிழகத் தொல்லியல் துறையால் வெளியிடப்பட்டுள்ளன.

2018ம் ஆண்டில் கீழடியில் தமிழக அரசால் நடத்தப்பட்ட 4வது அகழ்வாய்வில் கிடைத்த பொருட்களை வைத்து கிடைத்த முடிவுகள் இதில் தொகுக்கப்பட்டுள்ளன.

கீழடி நாகரிகத்தின் காலம்

கீழடியில் கிடைத்த 6 பொருட்கள் ஆக்சலரேட்டட் மாஸ் ஸ்பெக்ட்ரோமெட்ரி (Accelerated mass spectometry) ஆய்வுக்காக அமெரிக்காவின் ஃப்ளோரிடாவில் உள்ள பீட்டா அனலிடிகல் லேப்பிற்கு அனுப்பப்பட்டன. அதில் கிடைத்த முடிவுகளின்படி, அந்தப் பொருட்கள், கி.மு. மூன்றாம் நூற்றாண்டுக்கும் கி.மு. ஆறாம் நூற்றாண்டுக்கும் இடைப்பட்ட காலத்தை சேர்ந்தவை எனக் கண்டறியப்பட்டுள்ளது.

கீழடியில் 353 செ.மீ. ஆழத்தில் கிடைத்த பொருள் கி.மு. 580வது ஆண்டையும் 200 செ.மீ. ஆழத்தில் கிடைத்த பொருள் கி.மு. 205வது ஆண்டையும் சேர்ந்தது எனக் கண்டறியப்பட்டுள்ளது. இந்த இரு மட்டங்களுக்கு கீழேயும் மேலேயும் பொருட்கள் இருப்பதால், கீழடியின் காலகட்டம் கி.மு. ஆறாம் நூற்றாண்டு முதல் கி.மு. ஒன்றாம் நூற்றாண்டு வரையிலானது என தொல்லியல் துறை முடிவுக்கு வந்துள்ளது.

தமிழ்நாட்டைப் பொறுத்தவரை வரலாற்றுக் காலம் என்பது கி.மு. மூன்றாம் நூற்றாண்டில்தான் துவங்குகிறது. ஆகவே கங்கைச் சமவெளியில் நடந்ததைப் போல, இரண்டாவது நகர நாகரீகம் இங்கு நிகழவில்லை எனக் கருதப்பட்டுவந்தது. ஆனால், கீழடியில் கிடைத்த பொருட்களை வைத்து, கி.மு. ஆறாம் நூற்றாண்டிலேயே இரண்டாவது நகர நாகரிகம் துவங்கியுள்ளது என்ற முடிவுக்கு தொல்லியல் துறை வந்துள்ளது. கங்கைச் சமவெளியிலும் இதே காலகட்டத்தில்தான் நகர நாகரிகம் உருப்பெற்றது.

கொடுமணல், அழகன்குளம் ஆகிய இடங்களில் கிடைத்த எழுத்தின் மாதிரிகளை வைத்து தமிழ் பிராமி எழுத்தின் காலம் கி.மு. மூன்றாம் நூற்றாண்டாகக் கருதப்பட்டது. ஆனால், தற்போது கீழடியில் கிடைத்த ஆய்வு முடிவுகளின்படி, தமிழ் பிராமி கி.மு. ஆறாம் நூற்றாண்டைச் சேர்ந்ததாகக் கருதப்படுகிறது. ஆகவே 2,600 ஆண்டுகளுக்கு முன்பாக கீழடியில் வாழ்ந்தவர்கள் எழுத்தறிவு பெற்றிருந்தார்கள், எழுதத் தெரிந்திருந்தார்கள் என்ற முடிவுக்கு தொல்லியல் துறை வந்துள்ளது.

கீழடியிலிருந்து கிட்டத்தட்ட 70 எலும்புத் துண்டுகள் கண்டெடுக்கப்பட்டன. இவற்றில் பெரும்பாலானவை (53%) காளை, எருமை, ஆடு, பசு ஆகியவற்றினுடையவை. ஆகவே கீழடியில் வாழ்ந்த சமூகம் பெரும்பாலும் ஆடு, மாடுகளை வளர்த்த சமூகமாக இருந்திருக்கலாம் என்ற முடிவுக்கு வந்துள்ளனர் ஆய்வாளர்கள்.

கீழடியில் கிடைத்த ஓடுகள், செங்கற்கள், காரை ஆகியவை வேலூர் இன்ஸ்டிடியூட் ஆஃப் டெக்னாலஜியில் ஆய்வுசெய்யப்பட்டன. அவற்றில் மண், சுண்ணாம்பு, இரும்பு, மெக்னீசியம், அலுமினியம் ஆகியவை இருப்பது கண்டறியப்பட்டுள்ளது.

இங்கு நடத்தப்பட்ட ஆய்வுகளில் சுவர்கள், கட்டடங்களின் இடிபாடுகளும் கிடைத்தன. தரைகள் வழுவழுப்பான களிமண்ணால் மெழுகப்பட்டிருந்தன. கட்டடங்களைப் பொறுத்தவரை அவற்றின் சுவர்கள் கூரை வரை எழுப்பப்பட்டிருக்கவில்லை. மாறாக சுவர்களுக்கு அருகில் கம்புகள் நடப்பட்டு கூரைகள் போடப்பட்டிக்கின்றன.

இந்தியாவில் கிடைத்த வரிவடிவங்களில் சிந்து சமவெளியில் கிடைத்த வரிவடிவங்களே மிகப் பழமையானவை. சிந்துவெளி பண்பாடு மறைந்து தமிழ் பிராமி எழுத்து தோன்றியதற்கு இடையில் கீறல் வடிவில் ஒரு வரிவடிவம் இருந்ததாக தொல்லியலாளர்கள் கருதுகின்றனர். சிந்து சமவெளி எழுத்துகளைப் போலவே இவற்றின் பொருளும் இதுவரை முழுமையாகப் புரியவில்லை. செப்புக்கால பண்பாட்டிலும் தொடர்ந்து பெருங்கற்காலப் பண்பாட்டிலும் இக்குறியீடுகள் கிடைக்கின்றன.

தமிழ்நாட்டில் ஆதிச்சநல்லூர், அழகன் குளம், கொற்கை, கொடுமணல், கரூர், தேரிருவேலி, பேரூர் உள்ளிட்ட இடங்களில் கிடைத்த பானை ஓடுகளில் இந்த வரிவடிவங்கள் கிடைத்துள்ளன. இலங்கையில் திசமஹரம, கந்தரோடை, மாந்தை, ரிதியகாம போன்ற இடங்களிலும் இது போன்ற குறீயிடுகள் கிடைத்துள்ளன. கீழடி அகழாய்வில் 1001 ஓடுகள் இத்தகைய வரி வடிவங்களுடன் கிடைத்துள்ளன.

அதே போல, இந்தக் கீழடி அகழ்வாய்வில் தமிழ் பிராமி எழுத்துகள் பொறிக்கப்பட்ட 56 பானை ஓடுகள் கிடைத்துள்ளன. இவற்றில் குவிரன், ஆத(ன்) உள்ளிட்ட பெயர்களும் முழுமையடையாத எழுத்துகளும் கிடைத்துள்ளன. இதில் ஆதன் என்ற பெயர், அதன் என்று குறிப்பிடப்படுகிறது. முற்கால தமிழ் பிராமியில், நெடிலைக்

குறிக்க ஒலிக்குறியீடு இடும் வழக்கம் இல்லை என்பதால், இந்த தமிழ் பிராமி எழுத்துகள் காலத்தால் மிகவும் முந்தையவையாகக் கருதப்படுகின்றன.

இந்த எழுத்துகள் பெரும்பாலும் பானைகளின் கழுத்துப் பகுதியில் எழுதப்பட்டுள்ளன. பானையில் கிடைக்கும் எழுத்துகள் பெரும்பாலும் பானை செய்வோரால் சுடுவதற்கு முன்பாக ஈர நிலையில் எழுதப்படும். கீழடியில் பானைகள் சுடப்பட்டு, உலர்ந்த பிறகு எழுதப்பட்ட எழுத்துகள் கிடைத்துள்ளன. அவற்றின் எழுத்தமைதி (எழுத்தின் வடிவம், கையெழுத்து) ஒரே மாதிரியாக இல்லை. ஆகவே வெவ்வேறு ஆட்கள் இவற்றை எழுதியிருக்கலாம்.

கீழடியில் இரண்டு இடங்களில் 4 மீட்டர் அளவுக்குமேல் மிகப் பெரிய அளவில் பானை ஓடுகளின் குவியல்கள் கிடைத்ததை வைத்துப் பார்க்கும்போது அங்கு மிகப் பெரிய பானை வனையும் தொழிற்கூடம் இருந்திருக்கலாம் என்ற முடிவுக்கு தொல்லியல் துறை வந்துள்ளது.

மேலும் கீழடியில் நூல் நூற்கப் பயன்படும் தக்கிளி, தறிகளில் பயன்படுத்தப்படும் தூரிகை, தறியில் தொங்கவிடும் கருங்கல் போன்றவையும் கிடைத்திருப்பதால், இப்பகுதியில் வாழ்ந்தவர்கள் நெசவுத் தொழிலிலும் ஈடுபட்டிருக்கலாம் எனக் கருதப்படுகிறது.

கீழடியில் பெண்கள் பயன்படுத்திய தங்கத்தாலான ஏழு ஆபரணத் துண்டுகள் கிடைத்துள்ளன. பல்வேறு மதிப்புமிக்க கற்களால் ஆன வளையல்கள் கண்டெடுக்கப்பட்டுள்ளன.

இங்கு பல விளையாட்டுப் பொருட்கள் குறிப்பாக ஆட்டக்காய்கள், தாய விளையாட்டிற்கான பகடைக்காய்கள் அதிக அளவில் கிடைத்துள்ளன. இவை பெரும்பாலும் சுட்டமண்ணால் ஆனவை.

மேலும், வடமேற்கு இந்தியாவின் மகாராஷ்டிரம், குஜராத் போன்ற பகுதிகளில் பரவலாகக் காணப்படும் அகேட் மற்றும் கார்னீலியம் கற்களால் ஆன மணிகளும் கிடைத்துள்ளன. ரோம் நாட்டை சேர்ந்த அரிட்டைன் பானை ஓடு

மண்ணடுக்கின் மேல் நிலையில் கிடைத்திருக்கிறது. இவை ரோம் நாட்டில் கி.மு. இரண்டாம் நூற்றாண்டில் புழக்கத்தில் இருந்தவை.

இங்கு ஒட்டுமொத்தமாக சுடுமண்ணாலான 13 மனித உருவங்கள், 3 விலங்கு உருவங்கள், 650க்கும் மேற்பட்ட விளையாட்டுப் பொருட்கள், 35 காதணிகள், பிற அணிகலன்கள் கிடைத்துள்ளன. ஆனால், வழிபாடு தொடர்பான தொல்பொருட்கள் எவையும் தெளிவான முறையில் இதுவரை கிடைக்கவில்லையென தொல்லியல் துறையின் ஆய்வறிக்கை கூறுகிறது.

கங்கைச் சமவெளியில் இரண்டாம் நகர நாகரிகம் (சிந்து சமவெளி நாகரிகம் முதலாம் நகர நாகரிகம்) கிட்டத்தட்ட கி.மு. ஆறாம் நூற்றாண்டில் தோன்றியது. ஆனால், அதற்கு இணையான காலகட்டத்தில் தமிழகத்தில் எந்த நகர நாகரிகமும் இருந்ததற்கான ஆதாரங்கள் இதுவரை கிடைத்ததில்லை. முதன் முதலாக கீழடியில் அதே காலகட்டத்தில் நகர நாகரிகத்திற்கான ஆதாரங்கள் கிடைத்துள்ளன. ஆகவே, இரண்டாம் நகர நாகரிக காலத்தில் தமிழகத்திலும் நகர நாகரீகம் இருந்ததாகக் கொள்ள முடியும்.

இந்த ஊரில் வாழ்ந்த மக்கள் வட இந்தியா, ரோம் போன்ற பகுதிகளுடன் வணிகத் தொடர்புகளை வைத்திருக்கக்கூடும் என்பதற்கு ஆதாரமாக பல வெளிநாடுகளைச் சேர்ந்த பானை ஓடுகள் கிடைத்துள்ளன.

ஹரப்பா, மொகஞ்சதாரோவில் படித்த சுட்ட செங்கற்களால் கட்டப்பட்ட வீடுகள் கீழடியில் கேணிகள் அருகே அமைக்கப்பட்டிருப்பதும் கண்டுபிடிக்கப்பட்டுள்ளன. 2 ஆயிரம் ஆண்டுகளுக்கு முன்பே அதிகளவில் செங்கல் வீடுகளும், அந்த வீடுகளின் மேற்கூரையில் ஓடுகள் வேயப்பட்டிருந்ததையும் இங்கு கிடைத்துள்ள சான்றுகளின் மூலம் உணர முடிகிறது. அத்துடன் வீடுகள்தோறும் குளியலறைகள் இருந்திருக்கின்றன.

வணிக நகரம்:

இப்பகுதியில் மட்டும் ஒரு டன் அளவிற்கு கருப்பு சிவப்பு மண்கல ஓடுகள் கிடைத்துள்ளன. பல ஓடுகளில் "தமிழ் பிராமி" எழுத்துக்கள் பொறிக்கப்பட்டுள்ளன. 'ஆதன்', 'உதிரன்', 'திசன்' போன்ற தனிநபர்களின் பெயர்களைக் குறிப்பிடும் தமிழ் எழுத்துக்கள் பொறிக்கப்பட்ட மண்பாண்ட ஓடுகளும் கிடைத்துள்ளன. சங்ககாலத்தில் வைகை நதியின் வலது கரையில் பண்டைய வணிக வழிப்பாதை இருந்துள்ளது என்பதற்கு ஆதாரமாக சில பொருட்கள் கிடைத்துள்ளன. அழகன்குளத்தில் நடந்த அகழாய்வில் பண்டைய ரோமானிய நாட்டின் உயர்ரக ரவுலட், ஹரிடைன் மண்பாண்டங்கள் கிடைத்தது போலவே, கீழடியிலும் கிடைத்துள்ளன. அந்த வகையில் அழகன்குளம் துறைமுகப்பட்டினத்தையும், மதுரையையும் இணைக்கும் இடமாக கீழடி இருந்திருக்கலாம் என்று நம்பப்படுகிறது. மேலும் அரிக்கன்மேடு, காவிரிபூம்பட்டினம், உறையூர், காஞ்சிபுரம் மற்றும் அழகன்குளம் போன்ற இடங்களில் கிடைத்ததைவிட கீழடியில் மட்டும் பத்திற்கும் மேற்பட்ட சங்ககாலக் கட்டிடங்கள் கிடைத்துள்ளன. சங்க காலத்தில் கட்டிடங்கள் இல்லை என்ற கூற்றை கீழடி அகழாய்வு மாற்றி அமைத்திருக்கிறது.

சிலப்பதிகாரத்தில் திருப்பெரும்குன்றத்தில் இருந்து நேர் கிழக்காக மதுரை உள்ளது என்று குறிப்பிடுகிறது. அது கீழடியைத்தான் குறிக்கிறது என்று வரலாற்று அறிஞர்கள் குறிப்பிடுகின்றனர்.

வைகை நதி நாகரீகம்:

அந்தக் கால மக்கள் பயன்படுத்திய முத்திரை கட்டைகள், எழுத்தாணிகள், அம்புகள், இரும்பு, செம்பு ஆயுதங்கள், அரிய வகை அணிகலன்கள், 18 தமிழ் எழுத்துக்களுடைய மண்பாண்ட ஓடுகள் உட்பட 6 ஆயிரத்திற்கும் மேற்பட்ட தொல்லியல் பொருட்கள் கிடைத்துள்ளன. தமிழகத்தில் இதுவரை நடைபெற்ற அகழ்வாராய்ச்சியில் சுடுமண் முத்திரை கிடைத்தது கீழடியில் மட்டும் தான். நைல் நதி

நாகரிகம் போல வைகை நதி நாகரிகம் தழைத்தோங்கிய கீழடி, வணிகப்பெருநகரம் என்ற அடையாளத்தை மண்ணுக்குள் மறைத்துக் கொண்டு காட்சி தருகிறது.

எப்போது துவங்கியது:

கீழடியில் 110 ஏக்கர் பரப்பளவு கொண்ட இந்த இடம், பழந்தமிழர் நாகரிகத்தைப் புதைத்து வைத்துள்ளது. கீழடியில் 1974ம் ஆண்டு உழவிற்காகத் தோண்டப்பட்ட போது கிணற்றில் கிடைத்த செங்கல் தான் அங்கு ஒரு நகரம் புதைந்து கிடக்கிறது என்ற உண்மையை வெளி உலகிற்குச் சொன்னது. கீழடி பள்ளி ஆசிரியர் ஒருவர், தனது மாணவர்களுடன் சென்று செங்கல் கிடைத்த கிணற்றைப் பார்த்தபோது அவருக்கு ஆச்சரியம். மண்பொம்மை, கருப்பு, சிவப்பு வண்ணம் கொண்ட மண் குவளை, மண்டை ஓடுகள், எலும்புகள், நாணயங்கள், தாழிகள் கிடைத்தன.

அப்படிக் கிடைத்த பொருட்கள் குறித்து அன்றைய ஒருங்கிணைந்த ராமநாதபுரம் மாவட்ட நிர்வாகத்துக்கு கடிதம் ஒன்றை ஆசிரியர் அனுப்புகிறார். பதில் இல்லை. அடுத்த ஆண்டு கிடைத்த பொருட்கள் பள்ளியில் பாதுகாக்கப்படுகின்றன. இதையடுத்து 1976ம் ஆண்டு அப்போதைய தொல்லியல் ஆய்வுத்துறை இயக்குநர் நாகசாமியைச் சந்தித்து தகவலை ஆசிரியர் தெரிவிக்கிறார். இதையடுத்து தொல்லியல் ஆய்வாளர் ச.வேதாசலம் பொருட்களை சென்னை அருங்காட்சியகத்தில் வைத்ததுடன் வெளிநாடுகளுக்கும் ஆய்விற்கு அனுப்பி வைக்கிறார். இதன் பின் கிட்டத்தட்ட 37 ஆண்டுகள் கழித்து 2013ம் ஆண்டு பண்டைய பொருட்கள் கிடைத்த அந்தக் கிணற்றை அதன் உரிமையாளர் அனுமதியோடு, தொல்லியல் ஆய்வாளர்கள் ச.வேதாசலம், அமர்நாத் மற்றும் ராஜேஷ் ஆகியோர் ஆய்வு செய்கின்றனர். இதன் தொடர்ச்சியாகத்தான் கீழடி தொல்லியல் துறை ஆய்வுக்கு தேர்வு செய்யப்பட்டது வரலாறு. கீழடியில் 2015, ஜூன் மாதம் வைகை ஆற்றங்கரையை ஒட்டிய பகுதிகளில், இந்தியத் தொல்லியல் ஆய்வகத்தின் கண்காணிப்பாளர் அமர்நாத் ராமகிருஷ்ணன் தலைமையிலான குழு முதல்கட்ட அகழ்வாய்வைத்

தொடங்கியது. இதன் தொடர்ச்சியாக மேற்கொண்ட ஆய்வில் கிடைத்த பொருட்கள் சங்க கால மதுரை கீழடியில் புதைந்து கிடப்பது அறியப்படுகிறது. 2 ஆயிரம் ஆண்டுகளுக்கு முன்பே தமிழர்கள் மேம்பட்ட சிந்தனையுடன் வாழ்ந்துள்ளார்கள் என்ற உண்மையை உரைத்தது.

அகழாய்வில் கிடைக்கும் பொருட்களின் காலத்தை நிர்ணயம் செய்ய ஆய்வுக்கு அனுப்பப்படுவது வழக்கம். அமெரிக்காவின் ஃபுளோரிடாவில் உள்ள பீட்டா அனாலிட்டிக் நிறுவனத்துக்கு கீழடியில் இருந்து ஆய்வுக்கு அனுப்பப்பட்ட முதலாவது மாதிரி பொருட்களின் காலம் 2,160 ஆண்டுகள் அல்லது அதற்கு 30 ஆண்டுகள் முன்போ, பின்போ பழமையானதாக இருக்கும் என்று கூறப்பட்டுள்ளது. இரண்டாவது மாதிரியின் காலம், 2,200 ஆண்டுகள் அல்லது அதற்கு 30 ஆண்டுகள் முன்போ, பின்போ பழமையானதாக இருக்கும் என்றும் கூறப்பட்டுள்ளது. நான்காவது அகழாய்வில் கிடைத்த பொருட்களின் மாதிரியை ஆராய்ந்ததில் தமிழக சங்ககாலம் என்பது மேலும் 300 ஆண்டுகள் பழமையானது எனத் தெரிய வந்திருப்பதாக தமிழகத் தொல்லியல் துறை தெரிவித்துள்ளது.

கீழடி அகழ்வாராய்ச்சி பழைய பொருள் காட்சி

அதேபோல, இங்கு கிடைத்துள்ள நூல் நூற்கும் தக்ளி, அக்கால மக்கள் நூல் நூற்று ஆடை நெய்து அணிந்து வாழ்ந்திருப்பதை உறுதி செய்கிறது. பட்டினப்பாலையில் குறிப்பிடப்படும் சுடுமண் உறைகேணிகளும் இங்கு கிடைத்திருக்கின்றன. சுட்ட செங்கற்களால் கட்டப்பட்ட வீடுகளின் அருகே இக்கேணிகள் அமைக்கப்பட்டிருக்கின்றன. அதிகளவில் செங்கல் வீடுகளும் வீடுகளின் மேற்கூரையில் ஓடுகள் வேயப்பட்டிருந்ததையும் இங்கு கிடைத்துள்ள சான்றுகளின் மூலம் உணர முடிகிறது.

கீழடி அகழ்வாராய்ச்சி பழைய பொருள்

குடிநீர் தேவைக்காகவும், வீட்டின் பிற பயன்பாடுகளுக்காகவும் உறைகிணறு தோண்டும் முறை சங்க காலம் முதல் அண்மைக் காலம் வரை இருந்துவருகிறது.

சங்க இலக்கியமான பத்துப்பாட்டில் பட்டினப்பாலை என்ற நூலில் பூம்புகார் நகரத்தின் ஒருபகுதியில் உறைகிணறுகள் இருந்தது பற்றி குறிப்பிடப்பட்டுள்ளது. பட்டினப்பாலை நூலாசிரியர் உருத்திரங்கண்ணனார் "உறை கிணற்று புறச்சேரி" எனக் குறிப்பிட்டுள்ளார். அந்த சங்க காலத்தைச் சேர்ந்த உறைகிணறுதான் கீழடி அகழாய்விலும் கண்டறியப்பட்டுள்ளது. வீடுகள்தோறும் குளியலறைகள் இருந்திருக்கின்றன.

கீழடி அகழ்வாராய்ச்சி பழைய குடுவை

இப்பகுதியில் மட்டும் ஒரு டன் அளவிற்கு கருப்பு சிவப்பு மட்கல ஓடுகள் கிடைத்துள்ளன. பல ஓடுகளில் "தமிழ் பிராமி" எழுத்துக்கள் பொறிக்கப்பட்டுள்ளன. சிவகங்கை மாவட்டத்தில் உள்ள திருமலை மலைக்கொழுந்தீஸ்வரர் கோயிலில் தமிழ் பிராமி கல்வெட்டுக்கள் இருப்பது குறிப்பிடத்தக்கது.

குஜராத்தைச் சேர்ந்த சூது பவள மணிகளும், ரோமானிய நாட்டு அரிட்டைன் வகை மட்கல ஓடுகளும் இங்கு கிடைத்திருக்கின்றன. இது அக்கால மக்களின் வணிகத் தொடர்பையும், வணிகச் சிறப்பையும் நமக்கு உணர்த்துகிறது. குறிப்பாகத் தென்தமிழகத்தில் அகழாய்வில் கிடைக்கும் வெள்ளை வண்ணம் தீட்டப்பட்ட மண்பாண்டங்களும், கொங்குப் பகுதியில் மட்டும் கிடைத்த ரசட் கலவை பூசப்பட்ட மண்பாண்டங்களும் இங்கு கிடைத்துள்ளன. ரசட் கலவையின் தாக்கம் இருப்பதைப் பார்க்கும்போது கொங்குப் பகுதியோடு வாணிபத் தொடர்பில் இருந்துள்ளது தெரியவந்துள்ளது.

கீழடி அகழ்வாராய்ச்சி பழைய பானை

வரலாற்றின் தொடக்க காலத்திய செங்கல் கட்டிடச் சான்றுகள் கிடைப்பது மிகவும் அரிது. ஆனால் இங்கு அதிகளவில் செங்கல் கட்டிடங்கள் இருந்துள்ளது ஆச்சரியமளிக்கிறது. சங்ககாலத்தில் வைகை நதியின் வலது கரையில் பண்டைய வணிகப் பெருவழிப்பாதை இருந்துள்ளது.

மதுரையிலிருந்து இராமேஸ்வரம் அழகன்குளம் துறைமுகப் பட்டினத்துக்கு "கீழடி திருப்புவனம்" வழியாக பாதை இருந்துள்ளது. மதுரைக்கு அருகாமையிலேயே இந்த ஊர் வணிக நகரமாக இருந்துள்ளது.

அழகன் குளத்தில் நடந்த அகழாய்வில் பண்டைய ரோமானிய நாட்டின் உயர்ரக ரவுலட், ஹரிடைன் மண்பாண்டங்கள் கிடைத்தது போன்று கீழடி பள்ளிச்சந்தை புதூரிலும் கிடைத்துள்ளது. அந்த வகையில் அழகன் குளம் துறைமுகப் பட்டினத்தையும் மதுரையையும் இணைக்கும் இடமாக கீழடி பள்ளிச்சந்தை புதூர் இருந்திருக்கலாம். மேலைநாடுகளுக்கு கடலில் பிரயாணம் செய்யும் வணிகர்கள் இந்த ஊரின் வழியாகச் சென்றிருக்கலாம். இங்கு கிடைத்துள்ள தடயங்கள், சான்றுகள் இதை உறுதிப்படுத்துகின்றன. அந்தவகையில் இந்த இடம் வரலாற்று முக்கியத்துவம் பெறுகிறது.

கீழடி அகழ்வாராய்ச்சி பழைய செங்கல்

முதல்கட்ட ஆய்வில் கிடைத்ததைவிட, இரண்டாம் கட்ட அகழாய்வில் 10க்கும் மேற்பட்ட சங்ககால கட்டிடங்கள் கண்டுபிடிக்கப்பட்டுள்ளன. அக்கால மக்கள் பயன்படுத்திய சுடுமண் முத்திரை கட்டைகள் (இரப்பர் ஸ்டாம்ப்), எழுத்தாணிகள், அம்புகள், இரும்பு, செம்பு ஆயுதங்கள், அரிய வகை அணிகலன்கள், 18 தமிழ் எழுத்துக்களுடைய மட்பாண்ட ஓடுகள் உட்பட 5300க்கும் மேற்பட்ட தொல்லியல் பொருட்கள் கிடைத்துள்ளன. "அரிக்கன்மேடு, காவிரி பூம்பட்டினம், உறையூர் போன்ற அகழாய்வில் கிடைத்ததைவிட அதிக எண்ணிக்கையில் தொடர்ச்சியாக பல கட்டிடங்கள் கண்டறியப்பட்டுள்ளன.

சங்ககாலத்தில் கட்டிடங்களே இல்லை என்ற கூற்றை இந்த அகழாய்வு மாற்றியமைத்துள்ளது. கீழடியில் கண்டறியப்பட்டுள்ள கட்டிடங்கள் மூலம் ஒரு நகர நாகரீகம் இருந்ததற்கான அத்தனை அடிப்படை ஆதாரங்களும் கிடைத்துள்ளன. தமிழகத்தில் இதுவரை நடைபெற்ற அகழ்வாராய்ச்சியில் சுடுமண் முத்திரை கிடைத்தது இதுவே முதல்முறை.

கீழடியில் கிடைத்த 6 பொருட்கள் ஆக்சலரேட்டட் மாஸ் ஸ்பெக்ட்ரோமெட்ரி (Accelerated mass spectometry) ஆய்வுக்காக அமெரிக்காவின் ஃப்ளோரிடாவில் உள்ள பீட்டா அனலிடிகல் லேப்பிற்கு அனுப்பப்பட்டன. அதில் கிடைத்த முடிவுகளின்படி, அந்தப் பொருட்கள், கி.மு. மூன்றாம் நூற்றாண்டுக்கும் கி.மு. ஆறாம் நூற்றாண்டுக்கும் இடைப்பட்ட காலத்தை சேர்ந்தவை எனக் கண்டறியப்பட்டது.

கீழடியில் 353 செ.மீ. ஆழத்தில் கிடைத்த பொருள் கி.மு. 580வது ஆண்டையும் 200 செ.மீ. ஆழத்தில் கிடைத்த பொருள் கி.மு. 205வது ஆண்டையும் சேர்ந்தது எனக் கண்டறியப்பட்டது. இந்த இரு மட்டங்களுக்கு கீழேயும் மேலேயும் பொருட்கள் இருப்பதால், கீழடியின் காலகட்டம் கி.மு. ஆறாம் நூற்றாண்டு முதல் கி.மு. ஒன்றாம் நூற்றாண்டு வரையிலானது என்ற முடிவுக்கு மாநிலத் தொல்லியல் துறை வந்தடைந்தது.

தமிழ்நாட்டைப் பொறுத்தவரை வரலாற்றுக் காலம் என்பது கி.மு. மூன்றாம் நூற்றாண்டில்தான் தொடங்குவதாக கருதப்பட்டுவந்தது. ஆகவே கங்கைச் சமவெளியில் நடந்ததைப் போல, இரண்டாவது நகர நாகரீகம் இங்கு நிகழவில்லை எனக் கருதப்பட்டுவந்தது. ஆனால், கீழடியில் கிடைத்த பொருட்களை வைத்து, கி.மு. ஆறாம் நூற்றாண்டிலேயே இரண்டாவது நகர நாகரீகம் துவங்கியுள்ளது என்ற முடிவுக்கு தொல்லியல் துறை வந்தடைந்தது. கங்கைச் சமவெளியிலும் இதே காலகட்டத்தில்தான் நகர நாகரீகம் உருப்பெற்றது.

கொடுமணல், அழகன்குளம் ஆகிய இடங்களில் கிடைத்த எழுத்தின் மாதிரிகளை வைத்து தமிழ் பிராமி எழுத்தின் காலம் கி.மு. மூன்றாம் நூற்றாண்டாகக் கருதப்பட்டது. ஆனால், தற்போது கீழடியில் ஒரு பானை ஓட்டில் உள்ள எழுத்துகளை வைத்து தமிழ் பிராமி கி.மு. ஆறாம் நூற்றாண்டிலேயே வழக்கத்தில் இருந்திருக்கலாம்; ஆகவே 2,600 ஆண்டுகளுக்கு முன்பாகக் கீழடியில் வாழ்ந்தவர்கள் எழுத்தறிவு பெற்றிருக்கக்கூடும் என்றும் தொல்லியல் துறை தெரிவித்தது.

இந்தியாவில் கிடைத்த வரிவடிவங்களில் சிந்து சமவெளியில் கிடைத்த வரிவடிவங்களே மிகப் பழமையானவை. சிந்துவெளி பண்பாடு மறைந்து தமிழ் பிராமி எழுத்து தோன்றியதற்கு இடையில் கீறல் வடிவில் ஒரு வரிவடிவம் இருந்ததாக தொல்லியலாளர்கள் கருதுகின்றனர். சிந்து சமவெளி எழுத்துகளைப் போலவே இவற்றின் பொருளும் இதுவரை முழுமையாகப் புரியவில்லை.

தமிழ்நாட்டில் ஆதிச்சநல்லூர், அழகன் குளம், கொற்கை, கொடுமணல், கரூர், தேரிருவேலி, பேரூர் உள்ளிட்ட இடங்களில் கிடைத்த பானை ஓடுகளில் இந்த வரிவடிவங்கள் கிடைத்துள்ளன. இலங்கையில் திசமஹரம, கந்தரோடை, மாந்தை, ரிதியகாம போன்ற இடங்களிலும் இது போன்ற குறீயிடுகள் கிடைத்துள்ளன. இந்த நிலையில், கீழடி அகழாய்விலும் 1001 ஓடுகள் இத்தகைய வரி வடிவங்களுடன் கிடைத்தன.

மேலும், தமிழ் பிராமி எழுத்துகள் பொறிக்கப்பட்ட 56 பானை ஓடுகள் கிடைத்தன. இவற்றில் குவிரன், ஆத(ன்) உள்ளிட்ட பெயர்களும் முழுமையடையாத எழுத்துகளும் கிடைத்தன. இதில் ஆதன் என்ற பெயர், அதன் என்று குறிப்பிடப்படுகிறது. முற்காலத் தமிழ் பிராமியில், நெடிலைக் குறிக்க ஒலிக்குறியீடு இடும் வழக்கம் இல்லை என்பதால், இந்தத் தமிழ் பிராமி எழுத்துகள் காலத்தால் மிகவும் முந்தையவையாகக் கருதப்படுகின்றன.

தமிழ்நாட்டில் இதுவரை செய்யப்பட்ட அகழாய்வுகளில் சுட்ட செங்கல்களால் ஆன கட்டடங்கள் முதன் முதலில் வெளிப்பட்டுள்ளது.

கங்கைச் சமவெளியில் இரண்டாம் நகர நாகரிகம் (சிந்து சமவெளி நாகரிகம் முதலாம் நகர நாகரிகம்) கிட்டத்தட்ட கி.மு. ஆறாம் நூற்றாண்டில் தோன்றியது. ஆனால், அதற்கு இணையான காலகட்டத்தில் தமிழகத்தில் எந்த நகர நாகரிகமும் இருந்ததற்கான ஆதாரங்கள் இதுவரை கிடைத்ததில்லை. முதன் முதலாக கீழடியில் அதே காலகட்டத்தில் கட்டடத் தொகுதிகள் கிடைத்திருப்பதால், நகர நாகரிகத்திற்கான ஆதாரங்கள்

கிடைத்துள்ளதாகவும் ஆய்வாளர்கள் கருதுகிறார்கள். ஆகவே, இரண்டாம் நகர நாகரிக காலத்தில் தமிழகத்திலும் நகர நாகரிகம் இருந்திருப்பதற்கான சாத்தியக்கூறுகளை கீழடி வெளிப்படுத்தியது.

சிந்துச் சமவெளி தொடர்பான ஆய்வுகளை மேற்கொண்டுவரும் ஆர். பாலகிருஷ்ணன் போன்ற ஆய்வறிஞர்கள், சிந்துசமவெளிக்கும் கீழடிக்கும் இடையில் தொடர்பு இருக்கக்கூடுமென்றே கருதுகிறார்கள்.

இந்தப் பின்னணியில் பார்க்கும்போது, தமிழ்நாட்டின் எந்தவொரு தொல்லியல் களத்தையும்விட கீழடி, பல்வேறு செய்திகளைச் சொல்லிக்கொண்டே இருக்கிறது.

இவ்விடத்தைச் சுற்றி நிலத்தை உழும்போது பல்வேறு தொல்லியல் எச்சங்கள் கிடைத்துவந்த நிலையில், தரைமட்டத்திலிருந்து இரண்டரை மீட்டர் உயரத்தில் அவ்வளவாக பாதிப்புக்குள்ளாகாது இருந்த இம்மேடு ஆய்வுக்குத் தேர்ந்தெடுக்கப்பட்டது. தற்பொழுது அகழாய்வு செய்யப்பட்டுவரும் இடம் 3.5 கி.மீ சுற்றளவுடன் 80 ஏக்கர் பரப்பளவில் விரிந்துள்ளது. தொன்மையான ஊர்களான கொந்தகை, மணலூர் மற்றும் அகரம் ஆகியவையும் இப்பகுதியோடு தொடர்ச்சியுற அமைந்துள்ளன.

கீழடி அகழ்வாய்வு முடிவுகளின் முக்கிய அம்சங்கள்

முதலாவதாக, தமிழ் பிராமி எழுத்தின் காலம் ஒரு நூற்றாண்டு பின்னோக்கிச் செல்வது. முன்னதாக தமிழ் பிராமி எழுத்துகளின் காலம் கி.மு. மூன்றாம் நூற்றாண்டாகக் கருதப்பட்டுவந்தது. கொடுமணல், பொருந்தல் ஆகிய இடங்களில் கிடைத்த தமிழ் பிராமி எழுத்து பதிக்கப்பட்ட மட்பாண்டங்களின் காலம் கி.மு. 5ஆம் நூற்றாண்டு எனக் கணிக்கப்பட்டவுடன், அந்த எழுத்துகளின் காலம் மேலும் 2 நூற்றாண்டுகள் பழமையானது என்ற முடிவு எட்டப்பட்டது.

இப்போது கீழடியில் கிடைத்திருக்கும் எழுத்துகள் பொறிக்கப்பட்ட மட்பாண்டங்கள், கி.மு. ஆறாம்

நூற்றாண்டைச் சேர்ந்தவை என்பதால், தமிழ் பிராமி எழுத்துகளின் காலம் மேலும் ஒரு நூற்றாண்டு பழமையானது என்ற முடிவுக்கு இது இட்டுச்செல்கிறது.

இரண்டாவதாக, தமிழகத்தில் நடத்தப்பட்ட அகழாய்வுகளில் இதுவரை நகர நாகரிகத்திற்கான அடையாளங்கள் கிடைத்ததில்லை. ஆகவே, கி.மு. ஆறாம் நூற்றாண்டில் கங்கைச் சமவெளியில் இருந்ததைப் போன்ற ஒரு நகர நாகரிகம் தமிழகத்தில் இல்லை என்றே கருதப்பட்டது.

ஆனால், கீழடியில் சுட்ட செங்கல்களால் ஆன வீடுகள், கழிவுநீர் போக்கிகள், சுவர்கள், உறை கிணறுகளுடன் கூடிய ஒரு பகுதி தோண்டியெடுக்கப்பட்டிருப்பதால், இது ஒரு நகர நாகரிகமாகவே கருதப்படுகிறது. இது தமிழகத்தில் கிடைத்த நகர நாகரிகத்தைச் சுட்டும் ஆதாரம் என்பதோடு, கங்கைச் சமவெளி நாகரிக காலகட்டத்திலேயே இங்கேயும் ஒரு நகர நாகரிகம் இருந்தது என்பதை கீழடி அகழ்வாய்வு மூலம் நிறுவ முடியும்.

மூன்றாவதாக பானை ஓடுகளில் காணப்படும் பெயர்கள். பானைகள் சுடப்பட்ட பிறகு, அதில் பெயர்கள் எழுதப்பட்டிருப்பதால் அவை அந்தப் பானையை வாங்கியவர்களால் எழுதப்பட்டிருக்கலாம் எனக் கருதப்படுகிறது. வெவ்வேறு பானைகளில் வெவ்வேறுவிதமான எழுத்தமைதி இருப்பதால், பலரும் இதை எழுதியிருக்கலாம் என்றும் அந்தச் சமூகத்தில் பலரும் எழுத்தறிவு பெற்றவர்களாக இருந்திருக்கலாம் என்றும் கருதப்படுகிறது.

களத்தின் காலம்

முதற்கட்டமாக, இந்தக் களம் கி.மு. மூன்றாம் நூற்றாண்டில் இருந்து கி.பி பத்தாம் நூற்றாண்டு வரையான காலப்பகுதியைச் சேர்ந்த வசிப்பிடமாகக் கணிக்கப்பட்டது. மேலதிக உறுதிப்படுத்தல்களுக்காக இந்த அகழாய்வில் இருந்து இரண்டு மாதிரிகள் (samples) கரிமத் தேதியிடல் முறையில் பகுப்பாய்வு செய்ய அனுப்பப்பட்டது. சூலை 2017 இல் வெளிவந்த இதன் முடிவுகள் இந்த மையம் சுமார்

2,200 ஆண்டுகளுக்கு முன்னையது என்பதை உறுதிசெய்தன. நான்காம் கட்ட அகழ்வாய்வின் போது பெறப்பட்ட பொருட்களை கரிமத் தேதியிடல் முறையில் பகுப்பாய்வு செய்தபோது அதில் ஒரு கலைப்பொருள் கி.மு. ஆறாம் நூற்றாண்டைச் சேர்ந்தது எனத் தெரியவந்துள்ளது.

ஆய்வின் பின்புலமும், தற்போதைய நிலையும்

வைகையாறு தோன்றும் தேனி மாவட்டம் தொடங்கி கடலில் கலக்கும் இராமநாதபுரம் மாவட்டம் வரை வைகை ஆற்றங்கரையின் அருகமைப் பகுதிகளில் 2013–14இல் நடத்தப்பட்ட தொல்லியல் ஆய்வுகளின்போது தொல்லியல் எச்சங்கள் உள்ள 293 பகுதிகள் கண்டறியப்பட்டன. இவை களஞ்சியங்கள், வணிகத் தலங்கள், துறைமுகங்கள், வாழிடங்கள், கோயில்கள் என்ற வகையிலானவை. வருசநாட்டிலும், அழகங்குளத்திலும் சிறிய அளவிலான அகழாய்வுகள் செய்யப்பட்டிருந்தன. ஆனால் பெரிய அளவிலான அகழாய்வுகள் இதுவரை நடந்திருக்கவில்லை. இந்நிலையில் பெங்களூருவில் உள்ள இந்தியத் தொல்பொருள் ஆய்வு துறையின் அகழாய்வுப் பிரிவு 6, மார்ச் 2015 தொடங்கி இப்பகுதியில் ஆய்வு நடத்திவருகிறது. தற்போதைய கட்டம் செப்டம்பர் 2015இல் நிறைவுபெற்றுவிடும் என்றாலும் இதுவரை கண்டுபிடிக்கப்பட்டுள்ளவற்றின் முக்கியத்துவம் கருதி ஆய்வை மேலும் ஓராண்டுக்கு நீட்டிக்க அனுமதி கோரப்பட்டுள்ளது.

தற்போதைய கீழடி அகழாய்வுத் தளமானது முதலில் தென்னந்தோப்பாக இருந்தது. வறட்சி காரணமாக அம்மரங்கள் கருகிப் போயின. பின்னர் அவ்விடத்தில் செங்கல் சூளைக்கு மண் எடுப்பதற்காகத் தோண்டிய போது ஒரு செங்கல் சுவர் தென்பட்டுள்ளது. இந்த நிகழ்வுக்குப் பிறகு அந்த இடத்தில் அகழாய்வுப் பணிகள் ஆரம்பிக்கப்பட்டன.

கீழடியில் அருங்காட்சியகம் அமைக்க தமிழ்நாடு அரசு ஆர்வம் காட்டவில்லை எனவும், எந்தவித முயற்சியையும் எடுக்கவில்லை எனவும் இந்தியத் தொல்பொருள் ஆராய்ச்சித்

துறை அகழாய்வு பிரிவின் கண்காணிப்பாளர், கி. அமர்நாத் ராமகிருஷ்ணா கூறினார்.

கண்டுபிடிப்புகள்

கிட்டத்தட்ட 48 சதுரக் குழிகள் வெட்டப்பட்டு உறைகிணறுகள், செங்கற் சுவர்கள், கூரை ஓடுகள், மண்பாண்டங்கள், மிளிர்கல் அணிகலன்கள், எலும்புக் கருவிகள், இரும்பு வேல், தமிழி எழுத்து பொறிக்கப்பட்ட பானையோடுகள் எனப் பல்வேறு தொல்லெச்சங்கள் அகழ்ந்தெடுக்கப்பட்டுள்ளன. இலக்கியத்தில் குறிப்பிடப்படும் பாண்டியர்களின் தொல்நகரான "பெருமணலூர்" இதுவாக இருக்கலாம் என்று கருதப்படுகிறது

கட்டிடங்கள்

அகழாய்வில் கிடைத்த செங்கட்சுவர் கீழடியில் 10க்கும் மேற்பட்ட கட்டிடங்கள் கண்டறியப்பட்டுள்ளன. ஒரு வளர்ச்சியடைந்த நகரமாக இது திகழ்ந்ததற்கு இது வலுவான சான்றாக உள்ளது. "சங்க காலத்தில் கட்டிடங்களே இல்லை என்ற கூற்றை இந்த அகழாய்வு மாற்றியமைத்துள்ளது".

சுடுமண் குழாய், கழிவுநீர் தொகுதிகள்

நீர் வழங்கலும், கழிவுநீர் அகற்றலும் நாகரிக வளர்ச்சியின் முக்கிய மைல்கல்களாகக் கருதப்படுவன. கீழடியில் "சுடுமண் குழாய் மூலம் உருவாக்கப்பட்ட கழிவுநீர் கால்வாய் வசதியுடன் கட்டிடங்கள் இருந்தது கண்டறியப் பட்டுள்ளன."

உறை கிணறுகள்

இங்கு பழங்கால சுடுமண் உறைகிணறுகள் கண்டறியப்பட்டுள்ளன. இவை பட்டினப்பாலை கூறும் 'உறைகிணற்றுப் புறச்சேரி' என்ற தொடருக்குச் சான்று பகர்வனவாகவும், ஆற்றங்கரைகளிலும், பெரிய குளக்கரைகளிலும் இவ்வாறு உறைகிணறுகள் அமைத்து நீரெடுக்கும் தமிழரின் பண்டைய வழக்கத்தை எடுத்துக்காட்டுவனவாகவும் உள்ளதாகத் தொல்லியல் அறிஞர் வெ. வேதாச்சலம் குறிப்பிடுகிறார்.

செங்கற்சுவர்கள்

அகழாய்வில் கண்ட செங்கற்சுவர் வரலாற்றின் தொடக்க காலத்திய செங்கல் கட்டிடச் சான்றுகள் கிடைப்பது மிகவும் அரிதாகக் கருதப்படும் நிலையில் இங்கு பெருமளவில் செங்கல் கட்டிடங்கள் உள்ளது ஆய்வாளர்களின் ஆர்வத்தைத் தூண்டியுள்ளது.

மண்பாண்டங்கள்

ரோமப் பேரரசுடன் கொண்டிருந்த வணிகத் தொடர்பை மெய்ப்பிக்கும்படியான, வணிகர்களால் கொண்டுவரப்பட்ட ரௌலட் (rouletted), அரிட்டைன் (arretine) வகை மண்பாண்டங்கள் கிடைத்துள்ளன. அழகங்குளத்திலும் இத்தகைய பாண்டங்கள் கண்டுபிடிக்கப்பட்டது குறிப்பிடத்தக்கது. மேலும் வரலாற்றின் தொடக்ககாலத்தைச் சேர்ந்தவையான கருப்பு, சிவப்பு மண்பாண்டத் துண்டுகள், வெள்ளை வண்ணம் பூசப்பட்ட கருப்பு, சிவப்பு மண்பாண்டத் துண்டுகள், செம்பழுப்பு நிற கலவை பூசப்பட்ட மண்பாண்டத் துண்டுகள் ஆகியவையும் கிடைத்துள்ளன. தமிழகத்தில் செம்பழுப்பு நிற ரசட் (russet) கலவை பூசப்பட்ட பாண்டங்கள் இதுவரை கொங்குப் பகுதியிலேயே கிடைத்திருப்பதைக் கொண்டு இப்பகுதி கொங்குப் பகுதியுடனும் வாணிபத் தொடர்பிலிருந்ததாகக் கருதப்படுகிறது.

தமிழி எழுத்துக்கள்

'ஆதன்', 'உதிரன்', 'திசன்' போன்ற தனிநபர்களின் பெயர்களைக் குறிப்பிடும் தமிழி எழுத்துக்கள் பொறிக்கப்பட்ட மண்பாண்ட ஓடுகளும் கிடைக்கப்பெற்றுள்ளன.

அணிகலன்கள்

இங்கு சூது பவளம், பளிங்கு, அகேட் மணிகள், பச்சை, மஞ்சள், நீல நிறக் கண்ணாடி மணிகள் ஆகியவையும் கிடைத்துள்ளன. யானைத் தந்தத்தினாலான தாயக்கட்டைகள், தாமிரத்தாலான கண் மை தீட்டும் கம்பி ஆகியவையும் கிடைத்துள்ளன.

அரிய தொல்பொருட்கள்

இரும்பாலான அம்பு முனைகள், எழுத்தாணி, சுடுமண் முத்திரை கட்டைகள், தந்தத்தால் ஆன தாயக் கட்டைகள், சுடுமண் பொம்மைகள் உட்பட்ட பல்வேறு அரிய தொல்பொருட்கள் கிடைத்துள்ளன.

கீழடி அகழாய்வின் கால வரிசை

முதல் கட்டம்

கீழடியில் ஆனி மாதம், தி.பி 2046 ஆம் ஆண்டு (சூன், 2015) வைகை ஆற்றங்கரையை ஒட்டிய பகுதிகளில், இந்தியத் தொல்லியல் ஆய்வகத்தின் கண்காணிப்பாளர் கி. அமர்நாத் ராமகிருஷ்ணா தலைமையிலான குழு முதல் கட்ட அகழாய்வைத் தொடங்கியது.

இரண்டாம் கட்டம்

தி.பி 2047, மன்மத ஆண்டு, மார்கழி மாதம் (2 சனவரி, 2016) அன்று இரண்டாம் கட்ட அகழாய்வு தொடங்கியது. இதில் மருத்துவக் குடுவைகள், பழங்கால உறை கிணறுகள், தொழிற்சாலை, அரசு முத்திரை உள்ளிட்ட பல்வேறு ஆவணங்கள் கிடைத்தன.

இரண்டாம் கட்ட அகழாய்வின் முடிவில் 6 ஆயிரத்துக்கும் மேற்பட்ட பொருள்கள் கிடைத்தன. இவற்றை ஆய்வுக்கு உட்படுத்தியபோது 2,200 ஆண்டுகளுக்கு முந்தைய கால கட்டத்தைச் சேர்ந்தவை என உறுதி செய்யப்பட்டுள்ளது.

மூன்றாம் கட்டம்

மூன்றாம் கட்ட அகழாய்வு தி.பி 2048, தை மாதம் (சனவரி, 2017) முதல் தொல்லியல் துறை கண்காணிப்பாளர் ஸ்ரீராமன் தலைமையில் நடைபெற்றது. இப்பணி தி.பி 2048, புரட்டாசி மாதம் (30 செப்டம்பர் 2017) முடிந்தது. மூன்றாம் கட்டப் பணியில் 400 சதுர மீட்டர் அளவுக்கு 16 குழிகள் தோண்ட இடம் தேர்வு செய்யப்பட்டது.

நான்காம் கட்டம்

தமிழ்நாடு அரசு தொல்லியல் துறை கீழடியில் நான்காம் கட்ட அகழாய்வுப் பணி மேற்கொள்ள, தமிழ்நாடு

அரசு, பிப்ரவரி, 2018இல் ரூபாய் 55 இலட்சம் ஒதுக்கி ஆணையிட்டுள்ளது. நான்காம் கட்ட அகழாய்வுப் பணிகள் 2017 மற்றும் 2018 ஆம் ஆண்டுகளுக்கு இடையில் நடைபெற்றது. இதில் 5,820 பொருட்கள் கிடைத்தன. இதற்கு முந்தைய மூன்று அகழாய்வுப் பணிகளையும் இந்திய தொல்லியல்துறை நடத்தியிருந்த நிலையில் நான்காம் கட்ட அகழாய்வை தமிழ்நாடு அரசு தொல்லியல்துறை நடத்தியது. நான்காம் கட்ட அகழாய்வில் பெறப்பட்ட 6 மாதிரிகள் ஐக்கிய அமெரிக்காவின் புளோரிடா மாகாணத்தில் உள்ள மியாமி நகரின் பீட்டா அனாலிடிக் என்ற நிறுவனத்திற்கு அனுப்பப்பட்டன. இந்த ஆய்வுகளில் பதினோரு அடி ஆழத்தில் பெறப்பட்ட ஒரு மாதிரி கி.மு. 580 ஆம் ஆண்டைச் சேர்ந்தது எனக் கண்டறியப்பட்டது. இந்த அகழாய்வின் போது பெறப்பட்ட பொருட்களில் உள்ள எழுத்து வடிவங்கள் சிந்து சமவெளி நாகரிக எழுத்து வடிவம் மற்றும் தமிழ் பிராமி எழுத்து வடிவங்களுக்கு இடையில் உள்ள ஒரு குறிப்பை நமக்குக் காட்டுவதாக அமைந்துள்ளன.

ஐந்தாம் கட்டம்

2019ஆம் ஆண்டு சூன் மாதத்தில் தமிழ்நாடு அரசு தொல்லியல் துறை ஆர். சிவானந்தம் தலைமையில் ஐந்தாம் கட்ட அகழாய்வுப் பணிகளைத் தொடங்கியது. இப்பணிகள் நான்கு முதல் ஐந்து மாதங்களுக்கு நடக்கும். இதில் 15 அகழிகளைத் தோண்டுவதற்குத் திட்டமிடப்பட்டுள்ளது.

ஐந்தாம் கட்ட அகழாய்வில் எலும்புகளால் செய்யப்பட்ட எழுத்தாணி, தந்தத்தில் செய்யப்பட்ட சீப்பு, அரவைக் கல், பானை ஓடுகள், சதுரங்கக் காய்கள், சூதாட்டத்தில் பயன்படுத்தப்படும் பகடைக் காய்கள், மண் குடுவை, பவள மணிகள், சுடு மண் வார்ப்பு, காளையின் தலை, மனித உடல் பாகம், மனிதத் தலை உருவம் போன்றவைகளும் கண்டறியப்பட்டுள்ளன. கறுப்பு சிவப்பு நிறப் பானை, கூர்முனைக் கொண்ட எலும்புக் கருவிகள், நூல் நூற்கும்

தக்களிகள் (ஆபரண மணிகளைக் கோர்க்கும் கருவி), தங்க அணிகலன்கள், மணிகள் போன்றவையும் கண்டறியப்பட்டுள்ளன. குறிப்பாக 520க்கும் மேற்பட்ட விளையாட்டுப் பொருட்கள், சுடு மண்ணாலான 13 மனித உருவங்கள், 35 காதணிகள், மூன்று விலங்கு உருவங்கள், தங்கம், இரும்பு, செம்பு உலோகத் தொல்பொருட்கள் மற்றும் தமிழ் பிராமி எழுத்து பொறித்த பானை ஓடு கண்டெடுக்கப்பட்டுள்ளது. சன்னமான களிமண், செங்கல், சுண்ணாம்புச் சாந்து, இரும்பு ஆணிகள் பயன்படுத்தி கட்டுமானத் தொழில்நுட்பத்தில் வீடுகள் கட்டப்பட்டிருந்தது. கதிரியக்கக்கரிமக் காலக்கணிப்புப்படி இத்தொல்லியல் களம் கி.மு. 600 காலத்தவை என அறியப்பட்டுள்ளது. இந்த அகழாய்வில் 2,600 ஆண்டுகளுக்கு முந்தைய வைகைக் கரை நாகரிகம் சிறந்து விளங்கியதற்கான சான்றுகள் கீழடி அகழ்வாராய்ச்சியின் மூலம் தெரியவந்துள்ளன.

மேலும் ஐந்தாம் கட்ட அகழாய்வில் சுடுமண்ணால் ஆன குழாய் போன்ற அமைப்பில் வடிகால் அமைப்புகள் கண்டுபிடிக்கப்பட்டிருக்கின்றன. YD6/3 என்ற ஆய்வுக் குழியில் பணிகள் நடந்தபோது 47 சென்டிமீட்டர் ஆழத்தில் பானையின் விளிம்பு போன்ற அமைப்பு தென்பட்டது. அதனைக் கவனமாகத் தொடர்ந்து வெளிப்படுத்தியபோது, சிவப்பு வண்ணத்தில் நன்றாக வடிவமைக்கப்பட்டுள்ள இரண்டு சுடுமண் குழாய்கள் ஒன்றோடு ஒன்று பொருந்திய நிலையில் கிடைத்தன. இந்தக் குழாய்கள் 60 சென்டி மீட்டர் நீளமும் 20 சென்டி மீட்டர் அகலமும் கொண்டிருந்தன.

இந்தக் குழாய்கள் ஒவ்வொன்றிலும் விளிம்புகளைப் போல ஐந்து வளையங்கள் உள்ளன. இந்த இரு குழாய்களும் ஒன்றோடு ஒன்று நன்கு பொருத்தப்பட்டிருப்பதால், நீரைப் பாதுகாப்பாகக் கொண்டுசெல்ல இவை பயன்படுத்தப்பட்டிருக்க வேண்டும் என அகழாய்வாளர்கள் கருதுகின்றனர். இந்தச் சுடுமண் குழாய்க்குக் கீழே, பீப்பாய் வடிவிலான மூன்று சுடுமண் குழாய்கள் ஒன்றுடன் ஒன்று

பொருந்திய நிலையில் காணப்பட்டன.

ஆகவே இந்த இரண்டு குழாய்ப் பாதைகளும் வெவ்வேறுவிதமான பயன்பாட்டில் இருந்திருக்க வேண்டுமெனக் கருதப்படுகிறது. பீப்பாய் வடிவிலான குழாய் வடிகட்டி ஒன்றும் கண்டெடுக்கப்பட்டிருக்கிறது. இந்தக் குழாயின் இறுதிப் பகுதி இரண்டடுக்குப் பானை ஒன்றில் சேர்கிறது. ஆகவே இந்தப் பீப்பாய் வடிவிலான குழாய் மூலம் அந்தப் பானையில் திரவப் பொருளைச் சேகரித்திருக்கலாம் எனக் கள ஆய்வாளர்கள் கருதுகின்றனர்.

இதுவரை இங்கு 5,820 பொருட்கள் கண்டெடுக்கப் பட்டுள்ளன. மேலும் இந்த இடத்தில் சுட்ட செங்கற்களால் கட்டப்பட்ட வீடுகளின் அருகே இக்கேணிகள் அமைக்கப்பட்டிருக்கின்றன. அதிகளவில் செங்கல் வீடுகளும் வீடுகளின் மேற்கூரையில் ஓடுகள் வேயப்பட்டிருந்ததையும் இங்கு கிடைத்துள்ள சான்றுகளின் மூலம் உணர முடிகிறது. கீழடி அகழ்வாராய்ச்சி பழைய பொருள் குடிநீர் தேவைக்காகவும், வீட்டின் பிற பயன்பாடுகளுக்காகவும் உறைகிணறு தோண்டும் முறை சங்க காலம் முதல் அண்மைக் காலம் வரை இருந்து வருகிறது. சங்க இலக்கியமான பத்துப்பாட்டில் பட்டினப்பாலை என்ற நூலில் பூம்புகார் நகரத்தின் ஒருபகுதியில் உறைகிணறுகள் இருந்தது பற்றி குறிப்பிடப்பட்டுள்ளது. பட்டினப்பாலை நூலாசிரியர் உருத்திரங்கண்ணனார் "உறை கிணற்று புறச்சேரி" எனக் குறிப்பிட்டுள்ளார். அந்தச் சங்க காலத்தைச் சேர்ந்த உறைகிணறுதான் கீழடி அகழாய்விலும் கண்டறியப்பட்டுள்ளது.

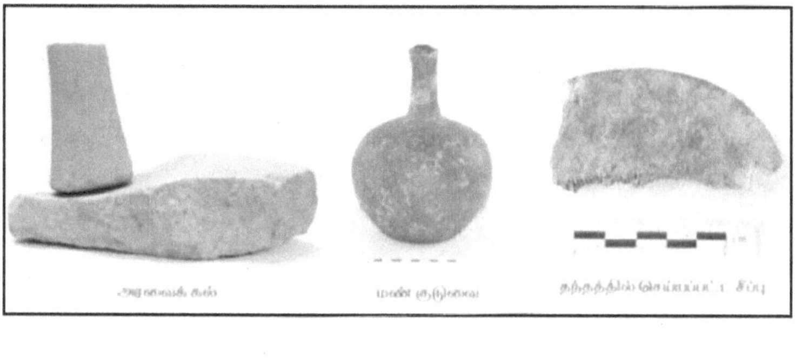

வீடுகள் தோறும் குளியலறைகள் இருந்திருக்கின்றன. கீழடி அகழ்வாராய்ச்சி பழைய குடுவை இப்பகுதியில் மட்டும் ஒரு டன் அளவிற்கு கருப்பு சிவப்பு மட்கல ஓடுகள் கிடைத்துள்ளன. பல ஓடுகளில் "தமிழ் பிராமி" எழுத்துக்கள் பொறிக்கப்பட்டுள்ளன. சிவகங்கை மாவட்டத்தில் உள்ள திருமலை மலைக்கொழுந்தீஸ்வரர் கோயிலில் தமிழ் பிராமிக் கல்வெட்டுக்கள் இருப்பது குறிப்பிடத்தக்கது. குஜராத்தை சேர்ந்த சூது பவள மணிகளும், ரோமானிய நாட்டு அரிட்டைன் வகை மட்கல ஓடுகளும் இங்கு கிடைத்திருக்கின்றன. இது

அக்கால மக்களின் வணிகத் தொடர்பையும், வணிகச் சிறப்பையும் நமக்கு உணர்த்துகிறது.

குறிப்பாகத் தென்தமிழகத்தில் அகழாய்வில் கிடைக்கும் வெள்ளை வண்ணம் தீட்டப்பட்ட மண்பாண்டங்களும், கொங்குப் பகுதியில் மட்டும் கிடைத்த ரசட் கலவை பூசப்பட்ட மண்பாண்டங்களும் இங்கு கிடைத்துள்ளன. ரசட் கலவையின் தாக்கம் இருப்பதைப் பார்க்கும்போது கொங்குப் பகுதியோடு வாணிபத் தொடர்பில் இருந்துள்ளது தெரியவந்துள்ளது.

கீழடி அகழ்வாராய்ச்சி பழைய பானை வரலாற்றின் தொடக்க காலத்திய செங்கல் கட்டிடச் சான்றுகள் கிடைப்பது மிகவும் அரிது. ஆனால் இங்கு அதிகளவில் செங்கல் கட்டிடங்கள் இருந்துள்ளது ஆச்சரியமளிக்கிறது. சங்ககாலத்தில் வைகை நதியின் வலது கரையில் பண்டைய வணிகப் பெருவழிப்பாதை இருந்துள்ளது.

மதுரையிலிருந்து இராமேஸ்வரம் அழகன்குளம் துறைமுகப் பட்டினத்துக்கு “கீழடி திருப்புவனம்” வழியாக பாதை இருந்துள்ளது. மதுரைக்கு அருகாமையிலேயே இந்த ஊர்வணிக நகரமாக இருந்துள்ளது. அழகன் குளத்தில் நடந்த அகழாய்வில் பண்டைய ரோமானிய நாட்டின் உயர்ரக ரவுலட், ஹரிடைன் மண்பாண்டங்கள் கிடைத்தது போன்று கீழடி பள்ளிச்சந்தை புதூரிலும் கிடைத்துள்ளது. அந்த வகையில் அழகன் குளம் துறைமுகப் பட்டினத்தையும் மதுரையையும் இணைக்கும் இடமாகக் கீழடி பள்ளிச்சந்தை புதூர் இருந்திருக்கலாம்.

நாகரிகம்:

மேலைநாடுகளுக்கு கடலில் பிரயாணம் செய்யும் வணிகர்கள் இந்த ஊரின் வழியாகச் சென்றிருக்கலாம். இங்கு கிடைத்துள்ள தடயங்கள், சான்றுகள் இதை உறுதிப்படுத்துகின்றன. அந்தவகையில் இந்த இடம் வரலாற்று முக்கியத்துவம் பெறுகிறது. கீழடி அகழாராய்ச்சி பழைய செங்கல் முதல்கட்ட ஆய்வில் கிடைத்ததைவிட,

இரண்டாம் கட்ட அகழாய்வில் 10க்கும் மேற்பட்ட சங்ககால கட்டிடங்கள் கண்டுபிடிக்கப்பட்டுள்ளன.

அக்கால மக்கள் பயன்படுத்திய சுடுமண் முத்திரை கட்டைகள் (இரப்பர் ஸ்டாம்ப்), எழுத்தாணிகள், அம்புகள், இரும்பு, செம்பு ஆயுதங்கள், அரிய வகை அணிகலன்கள், 18 தமிழ் எழுத்துக்களுடைய மட்பாண்ட ஓடுகள் உட்பட 5300க்கும் மேற்பட்ட தொல்லியல் பொருட்கள் கிடைத்துள்ளன. “அரிக்கன்மேடு, காவிரிப் பூம்பட்டினம், உறையூர் போன்ற அகழாய்வில் கிடைத்ததைவிட அதிக எண்ணிக்கையில் தொடர்ச்சியாகப் பல கட்டிடங்கள் கண்டறியப்பட்டுள்ளது.

சங்ககாலத்தில் கட்டிடங்களே இல்லை என்ற கூற்றை இந்த அகழாய்வு மாற்றியமைத்துள்ளது. கீழடியில் கண்டறியப்பட்டுள்ள கட்டிடங்கள் மூலம் ஒரு நகர நாகரீகம் இருந்ததற்கான அத்தனை அடிப்படை ஆதாரங்களும் கிடைத்துள்ளன. தமிழகத்தில் இதுவரை நடைபெற்ற அகழ்வாராய்ச்சியில் சுடுமண் முத்திரை கிடைத்தது இதுவே முதல்முறை.

கீழடி அகழாய்வில் கிடைத்த தாயக் கட்டைகள் அப்பகுதி மக்களுக்கு ஓய்வு நேரம் இருந்திருப்பதையே விளையாட்டுப் பொருட்கள் காட்டுகின்றன.

❖❖❖

3. ஆதிச்சநல்லூர்

தூத்துக்குடி மாவட்டத்தில் தாமிரபரணி ஆற்றின் கரையோரம் அமைந்துள்ள ஆதிச்சநல்லூர் தொல்லியல் முக்கியத்துவம் வாய்ந்த பகுதியாகக் கருதப்படுகிறது.

தாமிரபரணி நாகரிகம், மொகஞ்சதாரோ ஹரப்பா நாகரிகத்துக்கு முந்தையது. தூத்துக்குடி மாவட்டத்தில் உள்ள ஆதிச்சநல்லூர் நீண்ட காலமாகவே தொல்லியல் ஆய்வுக்கான களமாக அடையாளம் காணப்பட்ட ஒரு இடம். இங்குள்ள புதைமேட்டில் பிரிட்டிஷ் ஆட்சிக் காலத்தில் 1876ஆம் ஆண்டிலும் 1904ஆம் ஆண்டிலும் அகழாய்வுகள் நடத்தப்பட்டிருக்கின்றன. இதற்குப் பிறகு சமீபகாலத்தில், 2003 முதல் 2005ஆம் ஆண்டுவரை மத்திய தொல்லியல் துறை அகழாய்வுகளை மேற்கொண்டது.

வைகை நதிக்கரையில் இருக்கும் கீழடி, 2,580 ஆண்டுகளுக்கு முற்பட்ட தமிழர் வரலாற்றை மீட்டுத்தந்தது. இப்போது, தாமிரபரணி நதிக்கரையில் இருக்கும் சிவகளை, 3,155 ஆண்டுகளுக்குத் தமிழர் வரலாற்றைப் பின்னோக்கி நகர்த்தியிருக்கிறது.

ஆதிச்சநல்லூர் தொல்லியல் களம் தூத்துக்குடி மாவட்டத்தில் அமைந்துள்ளது. திருநெல்வேலி நகரத்திலிருந்து 24 கிமீ தொலைவில் தென்கிழக்காக, தாமிரபரணி ஆற்றின் கரையில் அமைந்துள்ள "ஆதி தச்சநல்லூர்" எனும் ஆதிச்சநல்லூர், உலக அளவில் பலமுறை அகழாய்வுகள் செய்யப்படட நகரங்களில் ஒன்று.

1876 ஆம் ஆண்டில் ஆதிச்சநல்லூரில் முதலாவது அகழ்வாய்வு நடத்தப்பட்டதாகத் தெரிகிறது. ஆதிச்சநல்லூரில் முதன்முதலில் ஜெர்மன் நாட்டைச் சேர்ந்த ஜாகோர் 1876ல் அகழாய்வுகள் நடத்தினார். பின்னர் 1896 இலும் 1904 ஆம்

ஆண்டிலும் ஆய்வுகள் நடத்தப்பட்டுள்ளன. அக்காலத்தில் ஆய்வுகளை நடத்திய பிரித்தானியத் தொல்லியலாளரான அலெக்சாண்டர் ரெயா (Alexander Rea) என்பவர், தென்னிந்தியாவில் கண்டுபிடிக்கப்பட்டவற்றுள் மிகவும் பரந்த தொல்லியல் களம் இதுவெனக் குறிப்பிட்டுள்ளார். அப்போது ஆயிரக்கணக்கான தொல் பொருட்களை இவர் கண்டெடுத்து பதிவு செய்துள்ளார். இவற்றுள், மட்பாண்டங்கள், இரும்புக் கருவிகள், ஆயுதங்கள், நகையணிகள் என்பனவும், பொன், வெண்கலம், அரிய கல் முதலியவற்றாலான மணிகளும் (beads), எலும்புகளும் கண்டெடுக்கப்பட்டுள்ளன. பண்டைத்தமிழர் நாகரிகத்தின் தொல்பழங்காலத் தொட்டில் ஆதிச்சநல்லூரில் இருந்தது எனத் தொல்லியலாளர்கள் கருதுகிறார்கள். 2004 ஆம் ஆண்டில் இங்கே நடத்தப்பட்ட ஆய்வுகள் மிகவும் முக்கியமானவையாகக் கருதப்படுகின்றன. 3,800 ஆண்டுகள் பழமையான எலும்புக்கூடுகளும் இங்கு கண்டெடுக்கப்பட்டுள்ளன.

தூத்துக்குடி மாவட்டம் ஆதிச்சநல்லூரில் கடந்த 2004ம் ஆண்டு மத்திய தொல்லியல் துறை சார்பில் அகழாய்வு நடைபெற்றது. இங்கு முதன்முதலாக 1876ல் அகழாய்வு நடந்துள்ளது. டாக்டர் ஜாகோர் என்பவர் இங்கு அகழாய்வு செய்து, இங்கு கிடைத்த பொருட்களை ஜெர்மன் நாட்டுக்குக் கொண்டு சென்றுள்ளார். தொடர்ந்து இங்கு பல அகழாய்வுகள் நடந்துள்ளன.

இதில், 1902ல் அலெக்ஸாண்டர் இரியா என்பவர் அகழாய்வு செய்தபோது நூற்றுக்கணக்கான பொருட்களை எடுத்துச் சென்று சென்னையில் பார்வைக்கு வைத்துள்ளார். மேலும் இங்கு கிடைத்த பல்வேறு பொருட்களைப் பட்டியலிட்டுள்ளார். 1920ல் சிந்து சமவெளியை ஆய்வு செய்த வங்கதேசத்து அறிஞர் பானர்ஜி சிந்து சமவெளி நாகரிகத்துக்கு முந்தையது ஆதிச்சநல்லூர் நாகரிகம் எனக் கூறினார். இதனால் உலகமே ஆதிச்சநல்லூரை வியந்து பார்த்தது. ஆனாலும் ஆதிச்சநல்லூர் தொடர்பான முறையான அகழாய்வு அறிக்கை வரவில்லை.

இந்நிலையில், இந்தியத் தொல்லியல் துறை மூலமாக 2004ம் ஆண்டு ஆதிச்சநல்லூரில் அகழாய்வு மேற்கொள்ளப்பட்டது. இந்த அகழாய்வை சத்திய மூர்த்தி தலைமையிலான தொல்லியல் துறையினர் செய்தனர்.

ஆதிச்சநல்லூரில் உலகத்தரம் வாய்ந்த அருங்காட்சியகம் அமைக்கப்படும் எனக் கடந்த ஆண்டு பட்ஜெட்டில் மத்திய அரசு அறிவித்தது. தொடர்ந்து அதற்கான பணிகளையும் தொடங்கியுள்ளது. மேலும், ஆதிச்சநல்லூர் மற்றும் சிவகளை பகுதிகளில் மாநிலத் தொல்லியல் துறை சார்பில் கடந்த ஆண்டு அகழாய்வுப் பணி நடைபெற்றது. இந்த ஆண்டும் ஆதிச்சநல்லூர், சிவகளை, கொற்கை ஆகிய இடங்களில் மாநில தொல்லியல் துறை சார்பில் அகழாய்வுக்கான பணிகள் தொடங்கியுள்ளன.

தொல்லியல் துறை அதிகாரி சத்தியபாமா பத்ரிநாத் தயாரித்த 293 பக்கங்களைக் கொண்ட இந்த அறிக்கையில் 2004ல் ஆத்திச்சநல்லூரில் நடைபெற்ற அகழாய்வுப் பணிகள் குறித்த முழுமையான விபரங்கள், அகழாய்வின் போது கிடைக்கப்பெற்ற பொருட்களின் பட்டியல் படங்களுடன் இடம் பெற்றுள்ளன.

ஆதிச்சநல்லூர் தொல்லியல் தலத்தில் 2004–2005 காலகட்டத்தில் சென்னை மண்டலத்தின் தொல்லியல் துறை கண்காணிப்பாளராக இருந்த டி. சத்யமூர்த்தியும் அவரது குழுவினரும் இந்த ஆய்வை நடத்தினார்.

600 சதுர மீட்டர் பரப்பளவிற்குள் நடத்தப்பட்ட இந்த ஆய்வின்போது, 178 முதுமக்கள் தாழிகள் தோண்டி எடுக்கப்பட்டன. பல பானைகளில் மடக்கிவைக்கப்பட்ட நிலையில் புதைக்கப்பட்ட மனிதர்களின் முழு எலும்புக்கூடுகள் கிடைத்தன.

தூத்துக்குடி மாவட்டத்தில் தாமிரபரணி ஆற்றின் வலதுபுற கரையில் அமைந்துள்ளது ஆதிச்சநல்லூர் புதைமேடு. இந்த இடத்தை முதலில் கண்டுபிடித்தது பெர்லினைச் சேர்ந்த எஃப். ஜகோர் என்பவர். 1876ல் திருநெல்வேலி மாவட்ட ஆட்சித் தலைவராக இருந்த ஸ்டூவர்ட்டும் இவருடன்

சேர்ந்து இந்த ஆய்வில் ஈடுபட்டார். இந்த அகழாய்வில் பல மண்பாண்டங்கள், இரும்பினாலான பொருட்கள், எலும்புக்கூடுகள் ஆகியவை கண்டெடுக்கப்பட்டன.

உண்மையில், அந்தச் சமயத்தில் அகழாய்வு செய்ய வேண்டுமென அந்த இடம் தோண்டப்படவில்லை. ரயில் பாதை அமைப்பதற்கு சரளைக் கற்களை தோண்டி எடுப்பதற்காக குழிகளை வெட்டியபோது பானை ஓடுகளும் பிற பொருட்களும் தென்பட்டதால், அந்தப் பணி நிறுத்தப்பட்டு, அகழாய்வு செய்யப்பட்டது. ஜகோரும் ஸ்டூவர்டும் பல தொல்லியல் பொருட்களை இங்கிருந்து சேகரித்தனர். பிறகு இந்தப் பொருட்கள் பெர்லினுக்குக் கொண்டுசெல்லப்பட்டன.

இதற்குப் பிறகு, 19ஆம் நூற்றாண்டின் இறுதியில் இந்தியத் தொல்லியல் துறையை சேர்ந்த டாக்டர் அலெக்ஸாண்டர் ரியா, ஆதிச்சநல்லூரைப் பற்றிக் கேள்விப்பட்டு 1899–1900ல் அங்கு சென்று பார்த்தார். அப்போது சிறிய அளவிலேயே குழிகளைத் தோண்டி அவர் ஆய்வு செய்தார். பிறகு 1903–04ல் திரும்பி வந்த ரியா, அங்கு பெரிய அளவிலான அகழாய்வுகளை மேற்கொண்டார்.

சரளைக் கற்களைத் தோண்டுவதற்காக வெட்டப்பட்ட பள்ளத்தைச் சுற்றியே இவரது அகழாய்வுக் குழிகள் அமைந்திருந்தன. பாரீசைச் சேர்ந்த லூயி லாபிக்கும் இந்த ஆய்வில் இணைந்துகொள்ள, பெரிய அளவில் பொருட்கள் இங்கிருந்து சேகரிக்கப்பட்டன. அலெக்ஸாண்டர் ரியா செய்த ஆய்வின் போது கிடைத்த பொருட்கள், தற்போது சென்னை எழும்பூர் அருங்காட்சியகத்தில் வைக்கப்பட்டுள்ளன.

தாமிரபரணிக் கரையில் உள்ள தொல்லியல் தலங்களை அடையாளம் காண பாளையங்கோட்டையிலிருந்து தாமிரபரணி கடலில் கலப்பது வரை நடந்துசென்று 38 இடங்களை அடையாளம் கண்டார் ரியா.

ஆதிச்சநல்லூர் அகழாய்வு நடந்த இடமென்பது இறந்தவர்களைப் புதைக்கும் இடம். இந்த இடத்திற்கு அருகில்

மக்கள் வாழ்ந்த இடமாக தாமிரபரணி ஆற்றின் வடபகுதியில் உள்ள கொங்கராயங்குறிச்சி அடையாளம் காணப்பட்டது. இந்தப் பகுதியில் கிடைத்த மண்பாண்டங்கள் வேறுவிதமாக இருந்தன. இதன் மூலம், இறுதிச் சடங்குகளுக்கெனவே தனியாக பானைகளைச் செய்யும் பழக்கம் இருந்திருப்பது கண்டறியப்பட்டது. ஆதிச்சநல்லூர் ஒரு வணிகத் தலமாக இருந்திருக்கலாம் எனக் கருதினார் ரியா.

ஆதிச்சநல்லூர் தற்போது தூத்துக்குடி மாவட்டத்தில் ஸ்ரீவைகுண்டம் வட்டத்தில், ஸ்ரீவைகுண்டத்திலிருந்து மேற்கே நான்கு கிலோ மீட்டர் தொலைவில் அமைந்திருக்கிறது. திருநெல்வேலி திருச்செந்தூர் சாலை ஆதிச்சநல்லூர் குன்றை அறுத்துச் செல்கிறது. ஆதிச்சநல்லூர் மட்டுமல்லாமல், கருங்குளம், கல்வாய் பகுதிகளிலும் இந்த இடம் பரந்து விரிந்திருக்கிறது.

ஈமத் தலமாகத்தான் அறியப்பட்ட இடம், அகழாய்வு நடத்திய போது மக்களும் வசித்த இடம் என்று கண்டறிந்தனர். குவார்ட்ஸ் மணிகள், அடுப்பு போன்றவை மக்கள் வாழ்ந்ததற்கான அடையாளங்கள்"

தமிழ்நாட்டில் முதுமக்கள் தாழி உள்ள தொல்லியல் தளங்களில் மிகவும் பாதுகாப்பான தளம் ஆதிச்சநல்லூர்தான்.

அலெக்ஸாண்டர் ரியா எத்தனை ஈமக் குழிகளைத் திறந்தார் என்பதைப் பதிவு செய்யவில்லை. தற்போதைய ஆய்வில் 178 தாழிகளைக் கண்டெடுத்துள்ளனர்.

இங்கு கிடைத்த தாழிகளைப் பொறுத்தவரை, சில பானைகள் கைகளால் செய்யப்பட்டிருந்தன. சில பானைகள் சக்கரத்தைப் பயன்படுத்தி செய்யப்பட்டிருந்தன. ஆதிச்சநல்லூர் புதைமேட்டைப் பொறுத்தவரை, "இங்கு இறந்தவர்களைப் புதைப்பது இரண்டு விதமாக நடந்திருக்கிறது. ஒன்று, இறந்தவர்களின் உடலை முழுமையாகப் புதைப்பது. இரண்டாவது, இறந்தவர்களை வேறு இடத்தில் புதைத்து, சில காலத்துக்குப் பிறகு அந்த உடலில் எஞ்சிய எலும்புகளைச் சேகரித்து மீண்டும் புதைப்பது.

முதலாவது வகையில் புதைப்பதற்கு பெரும்பாலும் சிவப்பு நிறப் பானைகள் பயன்படுத்தப்பட்டிருக்கின்றன. இரண்டாவது வகையில் புதைப்பதற்கு, கறுப்பும் சிவப்பும் கலந்த பானைகள் பயன்படுத்தப்பட்டுள்ளன. இந்தப் பானைகளுக்கு உள்ளும் வெளியிலும் சில பொருட்கள் வைக்கப்பட்டுள்ளன" என்கிறது தற்போது வெளியிடப்பட்டுள்ள இறுதி அறிக்கை.

இங்கிருந்த முதுமக்கள் தாழிகள் மூன்று அடுக்கு களாகப் புதைக்கப்பட்டிருந்தன. ஆழத்தில் இருந்த அடுக்கில், இறந்தவர்களின் உடல்கள் முழுமையாக புதைக்கப்பட்டிருந்தன. நடுவில் இருந்த அடுக்கில் உடல்கள் முழுமையாக புதைக்கப்பட்டிருந்த தாழிகளும், எச்சங்கள் புதைக்கப்பட்ட தாழிகளும் கிடைத்தன. மேலே இருந்த அடுக்கில் பெரும்பாலும் எச்சங்கள் புதைக்கப்பட்ட தாழிகளே கிடைத்தன.

சில இடங்களில் ஆணும் பெண்ணும் ஒன்றாகச் சேர்த்து புதைக்கப்பட்டிருந்தார்கள். சில இடங்களில் தாயும் சேயும் சேர்ந்து புதைக்கப்பட்டிருந்தார்கள்.

"கலம்செய் கோவே கலம்செய் கோவே!
அச்சுடைச் சாகாட்டு ஆரம் பொருந்திய
சிறுவெண் பல்லி போலத் தன்னொடு
சுரம்பல வந்த எமக்கும் அருளி,
வியன்மலர் அகன்பொழில் ஈமத் தாழி
அகலிது ஆக வனைமோ
நனந்தலை மூதூர்க் கலம்செய் கோவே"

என்று ஒரு புறநானூற்றுப் பாடல் உண்டு. "வண்டியின் ஆரத்தில் ஒட்டிக்கொண்டிருக்கும் பல்லி, சக்கரம் செல்லுமிடமெல்லாம் செல்வதைப் போல, இந்தத் தலைவனைத் தவிர வேறு உலகம் தெரியாமல் வாழ்ந்துவிட்டேன். அவனை இழந்த பிறகு நான் தனியே வாழ்வது எப்படி? ஆகவே அவனுடன் சேர்த்து எனக்கும் ஒரு இடம் அந்தத் தாழியில் இருக்கும்படி அதை அகலமாகச் செய்வாயாக" என்பதுதான் இந்தப் பாடலின் பொருள். முதுமக்கள் தாழியில் வைத்து இறந்தவர்களைப் புதைக்கும் வழக்கத்தையும், அதில் ஆணையும் பெண்ணையும்

சேர்த்து புதைக்கும் வழக்கத்தையும் இந்தப் பாடல் சுட்டிக்காட்டுகிறது.

"இப்படி மூன்று அடுக்குகளாக இறந்தவர்கள் புதைக்கப்பட்டிருப்பது இந்தியாவில் மிக அரிது.

இங்கு கிடைத்த எலும்புக்கூடுகளை ஆராய்ந்தவகையில், இங்கிருந்த மக்கள் நடுத்தரமான உயரத்தில் வலுவான உடலமைப்போடு இருந்திருக்கலாம் என்கிறது இறுதி அறிக்கை. சிலருக்கு கால்சியம் போதாமை இருந்தது எலும்புகளில் இருந்து தெரியவருகிறது. ஒரு மண்டை ஓட்டின் நெற்றியில் ஓட்டை இருந்தது. மருத்துவர்களின் ஆய்வில் அந்தத் துளை 'சைனஸ்' காரணமாக ஏற்பட்ட துளை என்று தெரியவந்தது. அந்த எலும்புக் கூட்டிற்கு உரிய நபரின் வயது *60* வரை இருக்கலாம்.

இங்கிருந்த மக்கள் தொடர்ந்து முத்துக் குளித்தலில் ஈடுபட்டதால், அவர்களுக்கு சைனஸ் ஏற்பட்டு, இந்த ஓட்டை ஏற்பட்டிருக்கலாம் என்கிறது அறிக்கை.

"இங்கு கிடைத்த ஒரு பானையின் உட்புறத்தில் 'நடனமாடும் பெண்' வரையப்பட்டிருப்பதைக் கண்டறிந்தோம். பக்கத்தில் கரும்பு போன்ற ஒரு தாவரம், ஒரு கொக்கு, ஒரு முதலை போன்றவை வரையப்பட்டிருந்தன. வரலாற்றுக்கு முந்தைய காலத்தைச் சேர்ந்த கலைவடிவங்கள் வெகு அரிதாகவே கிடைத்திருக்கின்றன. அவற்றில் இதுவும் ஒன்று எனச் சொல்லலாம். மண் பாண்டங்களில் அவற்றைச் சுடுவதற்கு முன்பாகவே மிக நுண்ணிய பிரஷ்ஷால் சில வடிவங்கள் வரையப்பட்டிருக்கின்றன

ஆதிச்சநல்லூரைப் பொறுத்தவரை இங்கே கிடைத்த பானை ஓடுகளில் எழுத்துகள் ஏதும் கிடைக்கவில்லை. சில பானை ஓடுகளில் கிறுக்கல்கள் மட்டும் கிடைத்தன.

"ஆதிச்சநல்லூர் புதைமேட்டில் இம்மாதிரி கிறுக்கல்கள் ஏதும் கிடைக்கவில்லை. ஆனால், மக்கள் வாழ்ந்த இடங்களில் சில கிறுக்கல்கள் கிடைத்திருக்கின்றன.

கொடுமணல் போன்ற இடங்களில் மனிதர்கள் புதைக்கப்பட்ட இடங்களிலேயே கிறுக்கல்கள், தமிழ் பிராமி எழுத்துகள் கிடைத்திருக்கின்றன

ஆதிச்சநல்லூரில் மக்கள் வசித்திருக்கலாம் என்று கருதப்பட்ட இடத்தில் நடத்தப்பட்ட அகழாய்வில் மண் பாண்டம் செய்திருக்கக்கூடிய இடம், மணிகள் செய்திருக்கக்கூடிய இடம் ஆகியவை தென்பட்டன. இந்தப் பகுதியில் மக்கள் அமைதியாக வாழ்ந்தார்கள் என்பதை இவை உறுதிப்படுத்துவதாக ஆய்வறிக்கை தெரிவிக்கிறது.

இங்கே வழிபாடு தொடர்பான பொருட்கள் ஏதாவது கிடைத்ததா? "இங்கு வாழ்ந்தவர்கள் எதை வழிபட்டார்கள் என்பதைச் சொல்ல முடியவில்லை. ஆனால், ஒருவிதமான cult இருந்திருக்கலாம் எனத் தெரிகிறது. இங்கே நிறைய காதணிகள் கிடைத்தன. அலெக்ஸாண்டர் ரியாவும் நிறைய காதணிகளைக் கண்டுபிடித்தார். காதணிகளைப் பொறுத்தவரை, அவை ஒருவிதமான cult வழிபாடு இருந்ததையே குறிப்பிடுகின்றன. காரணம், காது குத்துதல் என்பதே ஒருவிதமான சடங்குதான். அதேபோல, இறந்தவர்களின் உடல்களை இவ்வளவு கவனமாகப் புதைத்திருப்பதை வைத்துப் பார்க்கும்போது அவர்களுக்கு ஒருவிதமான நம்பிக்கை இருப்பதையே காட்டுகிறது

ஆதிச்சநல்லூரின் காலத்தைக் கணிப்பதற்காக இங்கே கிடைத்த பானை ஓடுகள் அமெரிக்காவில் உள்ள பீடா அனலிட்டிகல் ஆய்வகத்திற்கு அனுப்பப்பட்டன. அங்கு கிடைத்த முடிவுகளின்படி, ஆழத்தில் இருந்த அடுக்கு கி.மு. 750லிருந்து கி.மு. 850ஆம் ஆண்டைச் சேர்ந்ததாகத் தெரியவந்தது. நடுவில் இருந்த தாழி கி.மு. 610லிருந்து கி.மு. 650ஆம் ஆண்டுக்குட்பட்டதாகத் தெரியவந்தது. மேலே இருந்த அடுக்கின் காலம் கணிக்கப்படவில்லை. ஆகவே இந்த இடத்தின் காலகட்டம் என்பது கி.மு. 650லிருந்து கி.மு. 850வரை இருக்கலாம் எனக் கணிக்கப்படுகிறது. இது தமிழ்நாட்டில், குறிப்பாக தென்னிந்தியாவில் இரும்புக் காலம் நிலவிய காலகட்டமாகும்.

இந்த இடம் கிட்டத்தட்ட 3,500 ஆண்டுகள் பழமையானதாக இருக்கலாம். பிற்காலத்தில், புதைத்த இடங்களில் ஏதாவது ஒரு கல்லை நடும் வழக்கம் இருந்தது. ஆனால், இங்கே புதைக்கப்பட்ட எந்த இடத்திலும் அப்படி ஏதும் கற்கள் கிடைக்கவில்லை. ஆகவே, இந்த இடம் அதற்கும் முந்தைய காலமாக இருக்கலாம்.

இங்கு கிடைத்த அனைத்து காதணிகள் மற்றும் உலோகப் பொருட்களில் துத்தநாகம் இருப்பது தெரியவந்திருக்கிறது. எல்லாப் பொருட்களிலும் 3-6 சதவீதம் அளவுக்கு துத்தநாகம் இருக்கிறது. "ஒரு உலோகப் பொருளில் ஒரு சதவீதத்திற்கு மேல் வேறு உலோகம் இருந்தாலே, அவை வேண்டுமென்றே சேர்க்கப்பட்டதாகத்தான் அர்த்தம். இந்தியத் துணைக் கண்டப் பகுதிகளைப் பொறுத்தவரை, இங்கும் மொஹஞ்சதாரோவிலும் மட்டும்தான் இம்மாதிரி உலோகப் பொருட்களில் துத்தநாகத்தைக் கலக்கும் வழக்கம் இருந்திருக்கிறது

அலெக்ஸாண்டர் ரியா காலத்தில் கிடைத்த எலும்புகள் முதலில் எட்கர் தர்ஸ்டனாலும் பிறகு 1970களில் கே.ஏ.ஆர். கென்னடியாலும் ஆராயப்பட்டன. அவரைப் பொறுத்தவரை இங்கு வாழ்ந்த மக்கள் பல்வேறு இனங்களைச் சேர்ந்தவர்கள் என்றும், எலும்புக் கூடுகளைப் பொறுத்தவரை, ஹரப்பாவில் வாழ்ந்த மக்களின் எலும்புக்கூடுகளைப் போன்றே ஆதிச்சநல்லூரில் வாழ்ந்தவர்களின் எலும்புக்கூடுகளும் இருப்பதாகக் கருதினார். இங்கே பல்வேறு இனங்களைச் சேர்ந்த மக்கள் வாழ்ந்திருக்கலாம் என்றுதான் தானும் கருதுவதாகச் சொல்கிறார்

சங்க இலக்கியங்களில் 'பொருநை நதி' என்று குறிப்பிடப்பட்டுள்ள தாமிரபரணி நதிக்கரையில் உள்ள ஆதிச்சநல்லூர், கொற்கை, சிவகளை போன்ற பகுதிகளில் தமிழகத் தொல்லியல் துறை அகழாய்வு செய்துவருகிறது. பொதிகை மலையில் உருவாகி அம்பாசமுத்திரம், சேரன்மாதேவி, திருநெல்வேலி, ஆதிச்சநல்லூர் வழியாகப் பழைய காயலில் கடலில் கலக்கிறது தாமிரபரணி.

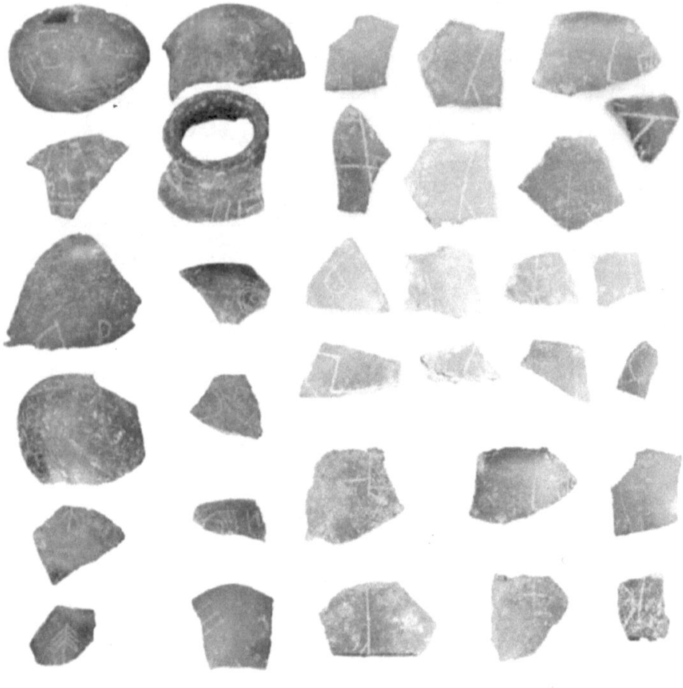

குறியீடுகள் பொறிக்கப்பட்டப் பானை ஓடுகள்

ஆதிச்சநல்லூர் தாமிரபரணிக் கரையில் அமைந்துள்ள பழைய பெரிய நகரம். இன்று வரலாற்றுப் பெருமை குன்றிச் சிற்றூராக உள்ளது. அதில், 1876 ஆம் ஆண்டு செருமனியைச் சேர்ந்த டாக்டர் ஜாகோர் அகழாய்வு நடத்திய போது, பல அரிய பொருள்கள் கிடைத்தன. அவை பெர்லின் அருங்காட்சியகத்தில் வைக்கப் பெற்றுள்ளன.

1904இல் அலெக்சாண்டர் இரியா மீண்டும் ஆதிச்சநல்லூரில் அகழாய்வை மேற்கொண்டார். ஆயிரக்கணக்கான பொருள்கள் அவருக்குக் கிடைத்தன. அவற்றை அவர் வரிசைப்படுத்திச் சென்னை அரசு அருங்காட்சியகத்தில் காட்சிப்படுத்தினார்; நூலாகவும் வெளியிட்டார்.

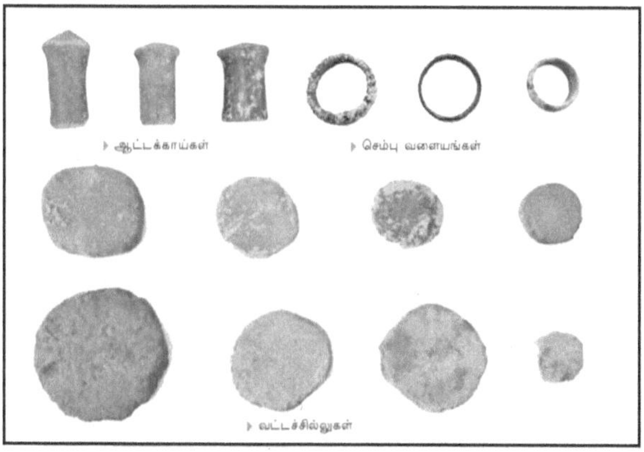

சிந்துவெளி நாகரிகத்துடன் ஒப்ப எண்ணத்தக்க ஆதிச்சநல்லூர், ஒரு நூற்றாண்டுக் காலம் யாராலும் கண்டுகொள்ளப்படாமல் கிடந்தது. இந்தியத் தொல்லியல் துறையின் சென்னைத் தொல்லியல் கண்காணிப்பாளர் தியாக. சத்தியமூர்த்தியின் முயற்சியால் *2005* ஆம் ஆண்டு மீண்டும் அங்கு அகழ்வாய்வு நடந்தது. இதற்கு முன்பு கிடைத்தவை இதில் கிடைக்க வில்லையென்றாலும், அரிதான பொருள்கள் கிடைத்தன. மூன்றடுக்குத் தாழிகள் இந்தமுறை கிடைத்தன. *6000* ஆண்டுப் பழமையை அறிய இவை துணை புரிந்தன. "தாழிக்காடு" என்றே பலராலும் அழைக்கப் பெற்ற *110* ஏக்கர் பரப்பிலான ஆதிச்சநல்லூர்ப் பறம்பில், *2005*ஆம் ஆண்டு ஆய்வு, வாழ்விடச் சான்றையும் கண்டு தந்தது.

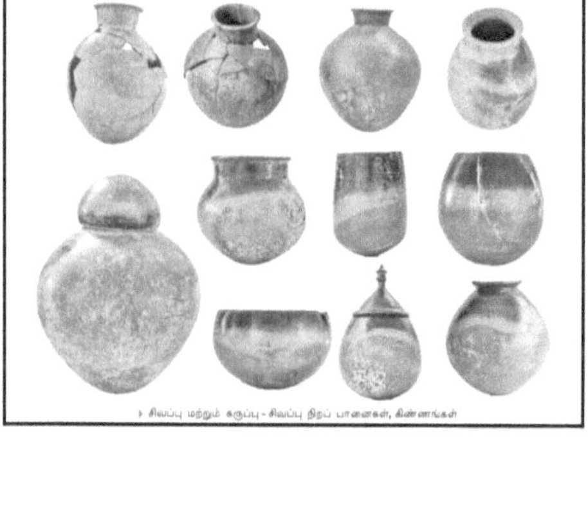

ஆதிச்சநல்லூர் நாகரிகத்திற்கும், சிந்து சமவெளியிலுள்ள அரப்பா நாகரிகத்திற்கும் நெருங்கிய தொடர்பு உள்ளது. அங்குக் காணப்படும் உருவ எழுத்துகள் இங்குள்ள பெருங்கற்காலப் பானை ஓடுகளில் கண்டெடுக்கப்பட்ட எலும்புக் கூடுகள் ஆஸ்திரேலிய, ஆர்மேனிய மற்றும் மத்திய தரைக்கடல் மனிதர்களின் எலும்புக் கூடுகளோடு ஒத்துப்போவதாக ஆராய்ச்சியாளர்கள் கூறுகின்றனர்.

கட்டடம் மற்றும் நகர அமைப்புகள் ஆதிச்சநல்லூர், பூம்புகார் மற்றும் ஹரப்பாவில் ஒரே மாதிரியே உள்ளன. ஒரு பகுதியில் மக்களும், மறு பகுதியில் மன்னரும் வாழ்ந்துள்ளனர். சிந்து சமவெளியில் கண்டெடுக்கப்பட்ட நடன மங்கை சிற்பம் திராவிடப் பெண் போன்றே உள்ளது. சிந்து சமவெளியில் வாழ்ந்தவர்கள் தமிழர்கள் என்பது ஆதாரப்பூர்வமான உண்மை.

இரும்பினாலான தொல்பொருட்கள் — மேற்கூரை ஓடுகள்

ஆதிச்சநல்லூரில் குவியல் குவியலாகக் கிடைக்கும் ஆயுதங்கள் மற்றும் கருவிகளை வைத்துப் பார்க்கும் போது பெரும் தொழில் நகரமாக இருந்திருக்க வாய்ப்புள்ளது.

கன்னியாகுமரி, காயல்பட்டினம் பகுதியில் கடல் ஆராய்ச்சி செய்ய வேண்டும். சாயர்புரம் தேரி பகுதியில் நுண்கற்கால ஆயுதங்கள் ஏராளமாகக் கண்டெடுக்கப்பட்டுள்ளன. இங்கும் கொற்கை, ஆதிச்சநல்லூர் ஆகிய இடங்களிலும் விரிவான அகழ்வாராய்ச்சி நடத் தப்பட்டால் தமிழன் உலகின் முதல் குடிமகன் என்ற உண்மை உறுதிப்படும்.

தமிழகத்தில் உள்ள ஆதிச்சநல்லூர் தாமிரபரணி ஆற்றங்கரை நாகரிகம், மொகஞ்சதாரோ அரப்பா நாகரிகத்துக்கு முந்தியது.

2004ல் மத்தியத் தொல்லியல் துறை 600 சதுர அடி பரப்பில் ஆய்வுசெய்து 160 ஈமத் தாழிகளை அகழ்ந்தெடுத்தது. அப்போது கிடைத்த கரிமப் பொருள்களைப் பகுப்பாய்வு செய்தபோது அவை 2,850 ஆண்டுகளுக்கு முற்பட்டவை என்று தெரியவந்தது. 'மிகப்பெரும் பரப்பில் ஈமக்காடு இருக்குமிடத்தில் மக்கள் வாழிடமும் இருக்கக்கூடும்... அகழாய்வை விரிவுபடுத்த வேண்டும்' என்று வரலாற்றார் வலர்கள் விடுத்த கோரிக்கையை நிராகரித்துவிட்டது மத்தியத் தொல்லியல் துறை.

2019ல் தமிழகத் தொல்லியல்துறை களத்தில் இறங்கியது. ஈமக்காட்டை ஒட்டி வாழ்விடப்பகுதி என்று கருதப்படும் இடத்தில் மிகப்பெரிய கண்மாய் ஒன்று வெட்டப்பட்டுள்ளது. அந்தக் கண்மாய்க்கு வடகரையில் செய்யப்பட்ட அகழாய்வில், குறியீடுகள் கொண்ட 500க்கும் மேற்பட்ட பானையோடுகள் கிடைத்தன.

"ஆதிச்சநல்லூர் வெறும் ஈமக்காடு என்ற கருத்தைத் தற்போதைய அகழாய்வு உடைத்திருக்கிறது. 2,850 ஆண்டுகளுக்கு முற்பட்ட மக்களின் வாழ்விடம் தற்போதைய

அகழ்வாராய்ச்சியில் கண்டறியப்பட்டுள்ளது. முக்கியமாக, *21* சிறுசிறு குழாய்கள் இணைக்கப்பட்ட நீண்ட சுடுமண் குழாய் கிடைத்துள்ளது. இது குடியிருப்பின் வடிகாலுக்காகப் பயன்படுத்தப்பட்டிருக்கலாம். இடைக்காலத்தில் மிகப்பெரிய கண்மாய் வெட்டப்பட்டுவிட்டதால் பல ஆதாரங்கள் அழிந்திருக்கலாம். மிகச்சிறிய பகுதியிலேயே தற்போது அகழ்வு செய்திருக்கிறோம். மற்ற பகுதிகளில் இரண்டரை மீட்டர் தோண்டினாலே தண்ணீர் சுரந்துவிடுகிறது. ஆதிச்சநல்லூரில் கிடைக்கும் தாழிகளுக்குக் கீழே நிலத்தில் கல் பிளேடுகள் போன்ற நுண்கற்காலக் கருவிகளும் கிடைக்கின்றன. அவை *5,000* ஆண்டுகளுக்கு முற்பட்டவையாக இருக்கலாம். காலம் காலமாக அங்கு மக்கள் வாழ்ந்துள்ளார்கள் என்பதற்கான ஆதாரங்களாக அவற்றைக் கருதலாம்” என்றார் தமிழகத் தொல்லியல்துறை ஆணையர் டாக்டர் இரா. சிவானந்தம்.

பொருநைக் கரையிலிருக்கும் கொற்கையில் முத்து, சங்குகளைக் கொண்டு ஆபரணங்கள் செய்யும் தொழிற்சாலைகள் இருந்ததாக வட இந்திய நூல்களில் செய்திகள் இடம்பெற்றுள்ளன. அவற்றை மெய்ப்பிக்கும் வகையில் தற்போது இப்பகுதியில் செய்யப்பட்ட அகழாய்வில் பாதி அறுத்த, முழுமையான சங்குகள், சங்கு வளையல்கள், நாணயங்கள், பானைக்குறியீடுகள், உடைந்த

சங்கு வளையல்கள், சங்கு சுடும் உலை, இரும்புக் கசடுகள் போன்றவை கிடைத்துள்ளன. இவை *2,900* ஆண்டுகளுக்கு முற்பட்டவை என்பது உறுதி செய்யப்பட்டுள்ளது.

“தற்போதைய கொற்கை அகழாய்வில் இதுவரை இல்லாத சில தரவுகள் கிடைத்துள்ளன. *29* செங்கல் அடுக்குகள் கொண்ட *4* முனை வடிவிலான *2.35* மீட்டர் உயரமுள்ள பெரிய கட்டுமானம் ஒன்று கண்டுபிடிக்கப்பட்டுள்ளது. அதற்குக் கீழே ஒன்றேகால் அடி வாய்ப்பகுதியும் *1* மீட்டர் உயரமும் கொண்ட பெரிய பானை ஒன்று இருந்தது. அதற்குள் கறுப்புப்பூச்சு பெற்ற பானை ஓடு ஒன்று கண்டெடுக்கப்பட்டுள்ளது. இந்த ஓடுகள் இந்தப்பகுதிகளில் தயாரிக்கப்படுவதில்லை. கங்கைச்சமவெளி அகழ்வுகளில் மட்டுமே கிடைத்துள்ளன. கொற்கைக்கு அணிகலன்கள் வாங்குவதற்காக வந்த வடஇந்திய வணிகர்கள் மூலம் இந்தப் பானை ஓடு இங்கே வந்திருக்கலாம். *2,800* ஆண்டுகளுக்கு முன்பு, கொற்கை துறைமுகமாக, தலைநகரமாக, வெளிநாட்டு வணிகர்களை ஈர்த்த தொழில் மையமாக, தொழிற்சாலை நகரமாக இருந்துள்ளது உறுதி செய்யப்பட்டுள்ளது” என்கிறார் டாக்டர் இரா.சிவானந்தம்.

கொற்கைக்கும் ஆதிச்சநல்லூருக்கும் நடுவில் இருக்கிறது சிவகளை. இங்கு 500 ஏக்கர் பரப்பில் ஈமக்காட்டு மேடு அடையாளம் காணப்பட்டுள்ளது. இங்கு மேற்கொள்ளப்பட்ட அகழ்வில் ஈமத்தாழிகள், அவற்றின் உள்ளே தட்டுகள், குவளைகள், கிண்ணங்கள், கறுப்பு சிவப்பு வண்ணப் பானைகள், வெண்புள்ளிகள் இட்ட பானையோடுகள் கிடைத்துள்ளன.

“சிவகளை அகழாய்வில் நிறைய கலைப்பொருள்கள் கிடைத்துள்ளன. இப்பகுதி பாறைகளால் நிறைந்திருக்கிறது. இரண்டு பாறைகளுக்கு நடுவில் தோண்டி பெரிய தாழிகளை வைத்து உள்ளே இறந்தவரையும் அவருக்குப் பிடித்த பொருள்களையும் இரும்புப் பொருள்களையும் தனித்தனிக் கலன்களில் வைத்து மூடியிருக்கிறார்கள். ஒவ்வொரு பெரிய தாழியிலும் 35க்கும் மேற்பட்ட சிறு சிறு கலன்கள் கிடைக்கின்றன. அப்படியொரு தாழியில் 13வது படையல் பானையில் உமி நீங்கிய நெல்மணிகள் கிடைத்துள்ளன. அவற்றை அமெரிக்கா, மியாமியில் உள்ள பீட்டா அனலாட்டிக்கல் லேப்புக்கு அனுப்பி ஆய்வு செய்தோம். அவை 3,155 ஆண்டுகளுக்கு முற்பட்டவை என்று

உறுதி செய்துள்ளார்கள். இதுவரையிலான ஆய்வுகளில் கொடுமணல் *2,300* ஆண்டுகளுக்கு முற்பட்டதாக இருந்தது. அழகன்குளம் *2,400* ஆண்டுகளுக்கும், தாண்டிக்குடி, பொருந்தல் *2,500* ஆண்டுகளுக்கும் முற்பட்டதாகவும் ஆய்வுகளில் நிரூபிக்கப்பட்டுள்ளன. இப்போது சிவகளை அகழ்வு *3,155* ஆண்டுகளுக்கு முன்பாகத் தமிழக வரலாற்றை எடுத்துச் சென்றிருக்கிறது" என்கிறார் டாக்டர் இரா. சிவானந்தம்.

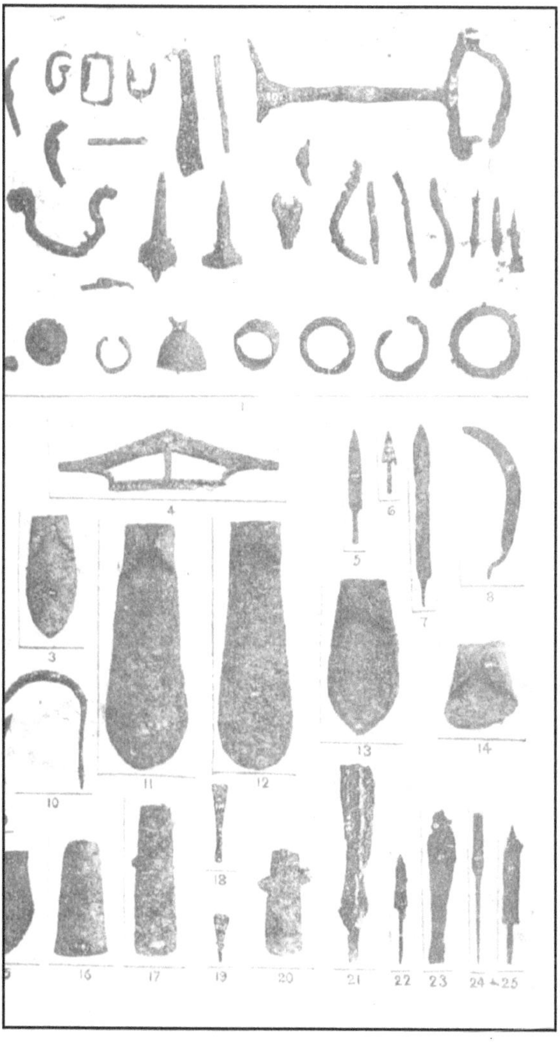

1903ல் ஆதிச்சநல்லூரில் ஆய்வுசெய்த அலெக்ஸான்ட்ரியா, பொருநை நதிக்கரையில் 39 இடங்களை முக்கியத்துவம் வாய்ந்த இடங்களாகக் குறிப்பிட்டார். தற்போது தமிழகத் தொல்லியல்துறை 163 ஊர்களை வரலாற்று முக்கியத்துவம் வாய்ந்த ஊர்களாக அடையாளம் கண்டுள்ளது. அங்கெல்லாம் படிப்படியாக ஆய்வு செய்யப்படலாம். மட்டுமன்றி, கேரளாவில் உள்ள பட்டணம், ஆந்திராவில் உள்ள வேங்கி, கர்நாடகாவில் உள்ள தலைக்காடு, ஒடிசாவில் உள்ள பாலூர் மற்றும் தொல்தமிழர்களோடு தொடர்புடைய வெளிநாடுகளிலும் ஆய்வுகள் மேற்கொள்ளப்படும் என்று முதல்வர் ஸ்டாலின் அறிவித்தார்.

இங்கே கிடைத்த முதுமக்கள் தாழிகளுக்குள் பல தானியங்கள் கிடைத்தன. அவை பெரும்பாலும் அரிசி, நெல், பாசிப்பயறு ஆகியவைதான். இதனை வைத்து, இங்கு வாழ்ந்த மக்கள், நெல், பாசிப்பயறு ஆகியவற்றை விவசாயம் செய்திருக்கிறார்கள் என்ற முடிவுக்கு வரலாம்.

இங்கே பெரும் எண்ணிக்கையில் இரும்புப் பொருட்களும் குறைந்த எண்ணிக்கையில் தாமிரப் பொருட்களும் கிடைத்தன. இரும்புப் பொருட்களைப் பொறுத்தவரை உழுவதற்கான கருவிகள், ஆயுதங்கள் போன்றவை கிடைத்தன.

ஆனால், ரியாவுக்குக் கிடைத்த அளவிற்கு தங்க ஆபரணங்களோ, செம்பு, வெண்கலப் பொருட்களோ சத்யமூர்த்திக்குக் கிடைக்கவில்லை. ரியாவும் சரி, சத்யமூர்த்தியும் சரி கட்டடத் தொகுதிகள் எதையும் இங்கு கண்டுபிடிக்கவில்லை.

"மனிதர்கள் புதைக்கப்பட்ட விதத்தை வைத்து சற்று மேம்பட்ட நாகரீகம் உடைய மக்கள் இங்கு வாழ்ந்திருக்கலாம் எனக் கருதுகிறேன்" என்கிறார் சத்யமூர்த்தி.

"ஓய்வுபெறுவதற்கு ஒரு ஆண்டு இருக்கும்போது இந்த அகழாய்வைத் தொடங்கினேன். அலெக்ஸாண்டர் ரியாவுக்குப் பிறகு ஏன் அங்கே ஆய்வுகள் ஏதும் செய்யப்படவில்லை என்று தோன்றியதால் இந்த ஆய்வை மேற்கொண்டேன். ஆய்வில், பல முதுமக்கள் தாழிகள் கிடைத்தன. அவற்றைச் சரியான முறையில் பதிவுசெய்தோம். இதனைச் செய்ய மட்டுமே எனக்குக் காலம் இருந்தது. இவற்றை வைத்துத்தான் இப்போது இறுதி அறிக்கை எழுதப்பட்டிருக்கிறது. ஆனாலும் அலெக்ஸாண்டர் ரியா எந்த இடத்தில் அகழாய்வை மேற்கொண்டார் என்பதைக் கண்டுபிடிக்க முடியவில்லை.

தாழிகள்

ஏறத்தாழ *114* ஏக்கர் பரப்பளவில் நடத்தப்படும் ஆய்வில் ஏராளமான ஈமத்தாழிகள் காணப்பட்டுள்ளன. இக்களத்திலுள்ள புதைகுழித் தொகுதி மூன்று அடுக்குகளாகக் காணப்படுகின்றது. பாறைகள் நிறைந்த மலைச் சரிவுகளில் குழி தோண்டப்பட்டுச் சுட்ட களிமண்ணினால் ஆன தாழிகள் புதைக்கப்பட்டுள்ளன. ஒன்றினால் ஒன்று மூடப்பட்ட இரண்டு தாழிகளைக் கொண்ட புதைகுழிகளும் உள்ளன. பண்டைத் தமிழ் எழுத்துக்களுடன்கூடிய பல தாழிகளும் கண்டெடுக்கப்பட்டுள்ளன.

மற்ற பொருட்கள்

இங்கு கருப்பும் சிவப்பும் கலந்த பானையோடுகள், சிவப்பு, கருப்பு ஆகிய வகைப் பானைகள் கிடைத்துள்ளன. ஒருபானை மீது ஒரு பெண்ணுருவம், நெற்கதிர்கள், ஒரு மான்

மற்றும் ஒரு பல்லி ஆகியவற்றின் உருவங்கள் ஓட்டுருவமாகக் காணப்படுகின்றன. தங்கத்திலான நெற்றிப்பட்டம், கத்தி மற்றும் வாள் போன்ற இரும்புப் பொருட்கள் மற்றும் வெண்கலப் பொருட்கள் கிடைத்துள்ளன.

தமிழ் எழுத்துக்கள் சர்ச்சை

தாழியில் உள்ள கீறல்கள் எழுத்துக்கள் என்று சில ஆராய்ச்சியாளர்கள் கூறுகின்றனர். அதை "கறிஅரவனாதன்" என்று படித்து நச்சுடைய பாம்பை மாலையாக அணிந்து கொண்ட சிவன் என்று பொருள் தருகிறார் நடன காசிநாதன்.

ஆனால் அந்தத் தாழிகளை அகழாய்வு செய்த சத்திய மூர்த்தி அதை "கதிஅரவனாதன்" என்று படித்து அதற்கு கதிரவன் மகன் ஆதன் என்று பொருள் தருகிறார். ஆனால் அந்தத் தாழியில் இருப்பது வெறும் சாம்பல் கீறல்களே என்றும் அவை எழுத்துக்கள் அல்ல என்றும் சில ஆராய்ச்சியாளர்கள் கூறுகின்றனர்.

மனித எலும்புக்கூடுகள்

ஆதிச்சநல்லூரில் கிடைத்த மண்டையோடுகளில் ஆய்வாளர்கள் சேட்டர்ஜியும் குப்தாவும் பதிமூன்று எழும்புக்கூடுகளை ஆய்வுக்கு எடுத்து கொண்டு உள்ளனர். அந்த எலும்புக் கூடுகளில் எட்டு ஆண்களின் மண்டை ஓடுகளும் ஐந்து பெண்களின் மண்டை ஓடுகளும் அடங்கும். அவற்றில் பெரும்பாலானவை உடைந்தும் சிதைந்தும் உள்ளன. ஆதிச்சநல்லூரில் வாழ்ந்த மனிதர்களே தென்னிந்தியாவின் பூர்வக்குடிகள் என்றும் அவர்கள் மத்தியத் தரைக் கடல் மக்கள் தென் இந்தியா வரும் முன்னர் இருந்தே தென் இந்தியாவில் வாழ்ந்து வருவதாகவும் கூறுகிறார் ஆய்வாளர் செரோம் சேக்கப்புசன். மேலும் செரோம் ஆதிச்சநல்லூர் எலும்பு கூடுகள் முந்து ஆசுத்திரோலாய்டு எலும்புக் கூடுகள் என்றும் அவை மொனாக்கோ பகுதியில் கிடைத்த மேலை பழங்கற்கால ஆரிகனேசியன் பண்பாட்டு பெண்ணின் மண்டை ஓட்டுடன் ஒத்து வருவதாகவும் கூறியுள்ளார்.

மண்டை ஓடுகள்

ஆதிச்சநல்லூரில் கிடைத்த எழும்புக்கூடுகளின் மண்டை ஓடுகளை ஆராய்ந்த சூக்கர்மேனும் சுமித்தும் அவற்றுள் ஒரு மண்டை ஓடு முந்து ஆசுத்திரோலாய்டு மண்டை ஓட்டை ஒத்ததாகவும் மற்றும் ஒரு மண்டை ஓடு மத்திய தரைக் கடல் மண்டை ஓடு என்றும் கணிக்கின்றனர். ஆதிச்சநல்லூரில் கிடைத்த மண்டை ஓடுகளை ஆராய்ந்த ஆய்வாளர்கள் சீவலும் குகாவும் அவை சிந்துசமவெளியின் மொகஞ் சதாரோவில் கிடைத்த முந்து ஆசுத்திரோலாய்டு மண்டை ஓட்டை ஒத்ததாகக் கூறி உள்ளனர்.

ஆதிச்சநல்லூர் மக்களின் பண்பாடு

ஆதிச்சநல்லூரில் கிடைத்த தொல்லியல் பொருட்களை கொண்டு அங்குள்ள மக்களின் பண்பாட்டை கமில் சுவிலபில் கீழ்வருமாறு வகைப்படுத்துகிறார்.

ஆதிச்சநல்லூரில் வாழ்ந்த மக்கள் போர் வீரர்களாக இருந்தனர்.

குதிரைகளைப் பயன்படுத்தக் கற்றிருந்தனர்.

இரும்பை உருக்கவும் வார்க்கவும் அதை வைத்து போர்க் கருவிகள் செய்யவும் அவர்களுக்குத் தெரிந்திருந்தது. இப்பகுதியில் இன்றும் இரும்புக் கருவிகள் விவசாயத் தளவாடங்கள் கால்வாய் கிராமத்தில் இன்றளவும் நடைபெறுவது குறிப்பிடத்தக்கது.

முருகனைத் தெய்வமாக வழிபட்டனர். ஆதிச்சநல்லூரில் கிடைத்த சிறிய வேல் முருகு வழிபாட்டின் எச்சம்.

கொற்றவையைப் போரில் வெற்றி பெறவும் வெற்றியின் கடவுளாகவும் வழிபட்டனர்.

ஆதிச்சநல்லூர் மக்களின் இயலும் இசையும் போரின் வீரச்செயல்களைப் போற்றிப்பாடும் வண்ணம் அமைக்கப்பட்டிருக்க வேண்டும். போர்ப்பறையைச் சடங்குகளில் இசையாக வாசித்திருக்க வேண்டும்.

ஆதிச்சநல்லூர் நாகரிகம் ஒரு நெல் நாகரிகம்.

கோட்டைச்சுவர்

ஆதிச்சநல்லூரில் கோட்டைச்சுவர் ஒன்று இந்தியத் தொல்லியல் ஆய்வகத்தைச் சேர்ந்த ஆய்வாளர் சத்தியமூர்த்தியின் மேற்பார்வையில் கண்டுபிடிக்கப்பட்டது. இந்தக் கோட்டைச்சுவர் மக்கள் வாழ்ந்த இடமாகும். தமிழ்நாட்டில் கண்டறியப்பட்ட தொல்லியல் களங்களான அமிர்தமங்கலம் போன்ற இடங்கள் இடுகாடுகளை மட்டுமே கொண்டன. ஆனால் ஆதிச்சநல்லூரிலேயே முதன்முதலாக இடுகாட்டையும் சேர்த்து மக்கள் வாழிடமும் கண்டறிப்பட்டது. இந்த மக்கள் வாழிடம் ஆதிச்சநல்லூரின் இடுகாட்டில் இருந்து 100 மீட்டர் தள்ளி வடக்கிலும் வடமேற்கிலும் உள்ள சரிவுகளில் உள்ளது.

ஆய்வாளர் சத்தியமூர்த்தி மக்கள் வாழ்ந்த இந்தக் கோட்டைக் குடியிருப்பின் கோட்டைச்சுவர் சீரான வடிவத்தில் இருப்பதையும் அக்கோட்டைக் குடியிருப்பில் குயவர்களின் சிறு குடியிருப்பையும் கண்டறிந்துள்ளார். மூன்று பானைச்சூளைகளும் பானைகளைச் சுட்ட சாம்பலும் கரியும் உடைந்த பானையோடுகளும் அக்குடியிருப்பில் உள்ளன. இரும்புக் கத்தியும் பாசி மணிகளின் உருவாரங்களும் கார்னேலியன் மணிகளும் கோவக்சு மணிகளும் பெருங்கற்காலக் குறியீடுகளைக் கொண்ட பானையோடுகளும் எலும்பால் செய்யப்பட்ட கருவிகளும் இக்கோட்டைச்சுவர் இருந்த பகுதிக்குள் கிடைத்துள்ளன. சத்தியமூர்த்தியின் கருத்துப்படி ஆதிச்சநல்லூரின் இடுகாட்டின் காலமான கி.மு. 1000 ஒட்டியே இக்கோட்டை மக்களின் காலமும் இருந்திருக்க வேண்டும் என்கிறார்.

அதிச்சநல்லூர் தொல்பொருட்கள் இருக்கும் அருங்காட்சியகம்

ஆதிச்சநல்லூரில் கிடைத்த பழம்பொருட்களில் பெரும்பாலானவை இந்தியத் தொல்லியல்துறை கூட்டமைப்பின் அருங்காட்சியகங்களிலும் சென்னை அருங்காட்சியகத்திலும்

உள்ளன. அவை அனைத்தையும் ஆதிச்சநல்லூர் அருகிலேயே புதிதாக அருங்காட்சியகம் அமைத்து அதில் வைக்கத் திட்டங்கள் போடப்பட்டுள்ளன.

தொடரும் அகழாய்வுப் பணிகள்

ஆதிச்சநல்லூரில் ஏற்கெனவே கடந்த 1876, 1902, 1905, 2004, 2005ஆம் ஆண்டுகளில் வெளிநாட்டினர் மற்றும் இந்தியத் தொல்லியல் ஆய்வகம் சார்பாக 5 கட்ட ஆய்வுகள் மேற்கொள்ளப்பட்டது. தற்போது தமிழ்நாடு அரசு தொல்லியல் துறை சார்பில் சூன் 2020 முதல் மேற்கொள்ளப்படும் 6ஆம் கட்ட அகழாய்வுப் பணி 25 மே 2020 முதல் துவங்கியது.

❖❖❖

4. சிவகளை

"2,600 வருடங்களுக்கு முன்பு வாழ்ந்த தமிழரின் தொன்மையை சிவகளை அகழ்வாராய்ச்சி எடுத்துக்காட்டி கூறுகிறது. 'சிவகளை நாகரிகம்' தமிழகத்தின் மிகத் தொன்மையான நாகரிகம். தூத்துக்குடி மாவட்டத்திற்கு 'சிவகளை' ஒரு முக்கிய அடையாளமாக உள்ளது. இதன் அகழ்வாராய்ச்சி முடிவுகள் வெளியிடப்படும்போது, தமிழகத்தில் 'சிவகளை' ஒரு முக்கிய அடையாள சின்னமாகத் திகழும்.

சிவகளை, கீழடி உள்ளிட்ட பகுதிகளில் அருங்காட்சியகம் அமைக்க நடவடிக்கை எடுக்கப்பட்டு வருகிறது. ஆதிச்சநல்லூர் பகுதியில் செம்பு பொருள்கள் கிடைத்துள்ளன. ஆனால், சிவகளை பகுதியில் இரும்பாலான பொருள்கள் அதிகளவில் கிடைத்துள்ளன.

ஆவணப்படுத்துதல்

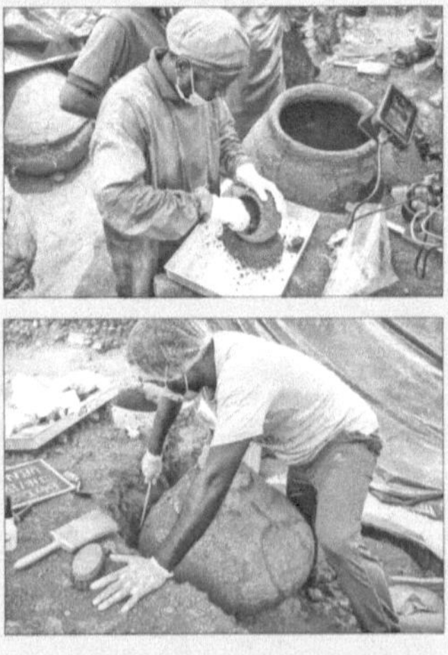

சிவகளையில் 2000 ஏக்கர் பரப்பளவில் அமைந்துள்ள தொல்லியல்களத்தை சிவகளையைச்சார்ந்த, ஸ்ரீவைகுண்டம் ஸ்ரீகுமரகுருபரசுவாமிகள் மேல்நிலைப்பள்ளியில் வரலாற்று

ஆசிரியராகப் பணிபுரியும் ஆசிரியர் மாணிக்கம் என்பவரால் கடந்த 5 ஆண்டுகளுக்கு முன்பு கண்டுபிடிக்கப்பட்டு தற்பொழுது சிவகளையில் 25 மே 2020 முதல் தமிழ்நாடு அரசு தொல்லியல் துறை முதல் கட்ட அகழாய்வுப் பணிகள் மேற்கொண்டு வருகிறது.

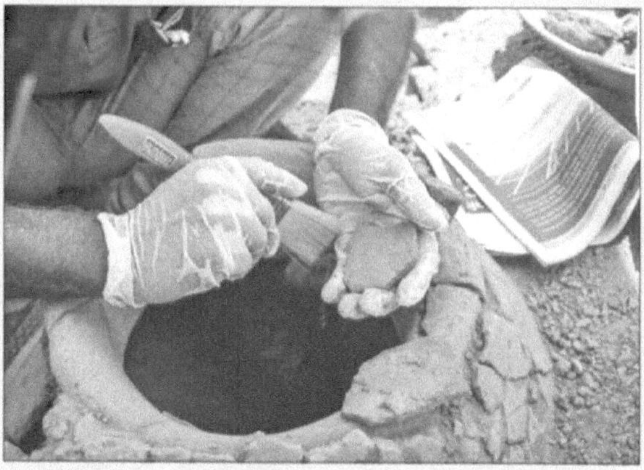

தமிழக அரசு முதற்கட்ட அகழாய்விற்கு ரூபாய் 58 இலட்சம் ஒதுக்கி அகழாய்வு நடைபெற்றது. தற்பொழுது இரண்டாம் கட்ட அகழாய்விற்கு ரூபாய் 34 இலட்சம் ஒதுக்கி சிவகளையைச் சுற்றியுள்ள ஒன்பது இடங்களில் நடைபெற்று வருகின்றன. இதில் சிவகளையில் நடைபெறும்

அகழாய்வுப் பணியில் இதுவரை 40 முதுமக்கள் தாழிகள் கண்டெடுக்கப்பட்டுள்ளன. இதில் ஒரே குழியில் 16 முதுமக்கள் தாழிகள் கண்டெடுக்கப்பட்டன. மேலும், சிவகளையில் பழங்கால கல்வட்டங்கள் உள்ளிட்ட பொருட்களும் கிடைத்துள்ளன. இந்தத் தொல்லியல்களம் 2000 ஏக்கர் பரப்பளவில் சிவகளையைச் சுற்றி அமைந்துள்ளது.

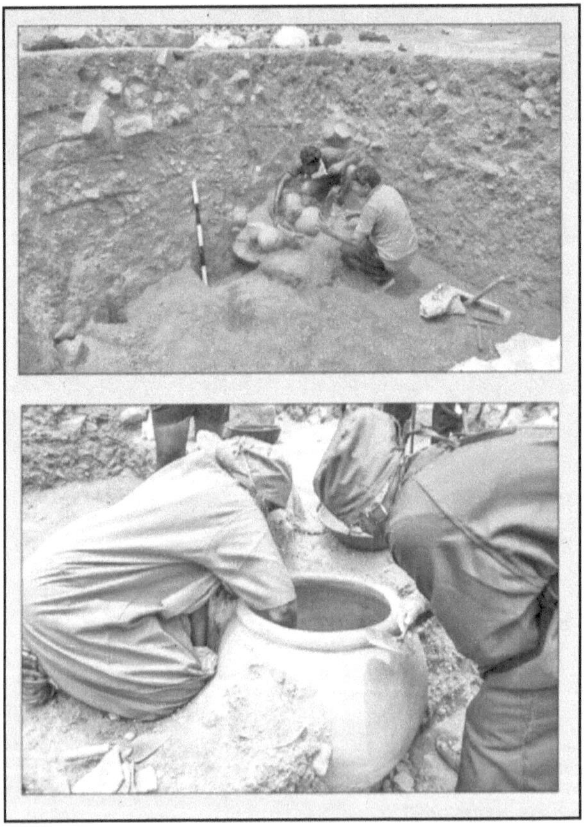

சிவகளையில் நடைபெற்ற அகழாய்வில் இதுவரை முதுமக்கள் தாழிகள், சுண்ணாம்பிலான முதுமக்கள் தாழிகள், கருப்பு சிவப்பு மண்பாண்டங்கள், பழங்கால மற்றும் இடைக்கால கருவிகள், எலும்புகள், நடுகற்கள் உள்ளிட்டவை கண்டெடுக்கப்பட்டுள்ளன.

முதுமக்கள் தாழிகளில் கிடைத்த எலும்புகளுக்கு மரபணு சோதனை

சிவகளையில் நடைபெற்று வரும் அகழாய்வுப் பணிகள் குறித்து சிவகளை தொல்லியல் அகழாய்வு இயக்குநர் பிரபாகரன் பிபிசி தமிழிடம் பேசுகையில், இந்த அகழாய்வில் முதுமக்கள் தாழிகள் மற்றும் மக்கள் வாழ்விடப் பகுதி எனப் பிரித்து இரண்டு பகுதிகளில் அகழ்வாய்வு தொடர்ந்து நடைபெற்று வருகிறது என்று தெரிவித்தார்.

"முதுமக்கள் தாழிகள் நிறைந்த பகுதிகளான பரம்பு, பேட்மாநகரம், ஸ்ரீமூலக்கரை போன்ற இடங்களில் 18

குழிகள் அமைத்து 40க்கும் மேற்பட்ட முதுமக்கள் தாழிகள் கண்டெடுக்கப்பட்டுள்ளன."

மக்கள் வாழ்விடங்களில் இருந்து இதுவரை நடத்திய அகழாய்வில் மண்ணாலான புகைப்பான், தக்களிகள் (நூல் நூற்கக் கூடியது) மக்கள் பயன்படுத்திய பொருட்கள் கண்டெடுக்கப்பட்டுள்ளன.

குறிப்பாக வாள்கள், கூர்முனைக் கருவிகள், கத்திகள் உள்ளிட்ட 40க்கும் மேற்பட்ட இரும்பாலான ஆயுதங்கள் கிடைத்தன. 400க்கும் மேற்பட்ட பானை ஓடுகள், கருப்பு சிவப்பு பானைகள், வெள்ளை புள்ளிகள் கொண்ட பானை ஓடுகள் கிடைத்தன.

இந்த அகழ்வாய்வில் தமிழகத்தில் எங்கும் கிடைக்காத சில முக்கிய பொருட்கள் கண்டெடுக்கப்பட்டுள்ளது. சுமார் *2000* ஏக்கர் பரப்பளவில் பல்வேறு இடங்களில் தொல்பொருட்கள் கிடைக்கின்றன. சிவகளை கொற்கைக்கும் ஆதிச்சநல்லூருக்கும் இடையில் இருப்பதால் அகழாய்வில் முக்கியப் பங்கு வகிக்கிறது."

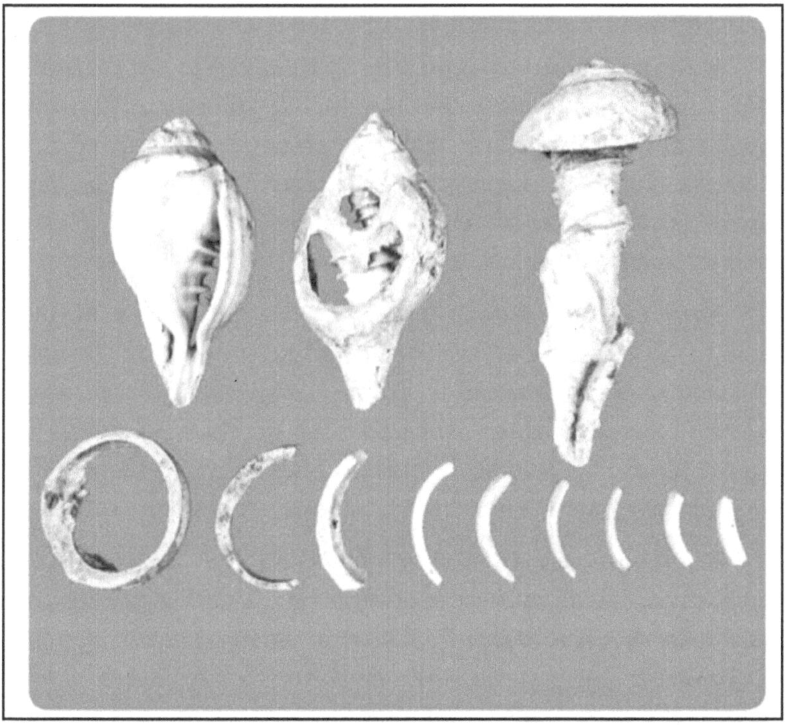

தாமிரபரணி நதிக்கரை ஓரமாக இதுவரை நடந்த அகழாய்வுகளில் இறந்தவர்களைப் புதைத்த இடுகாட்டு மேடு பகுதிகளில் மட்டுமே அகழாய்வு நடத்தப்பட்டுள்ளது. ஆனால் முதல் முறையாக சிவகளையில் மட்டுமே தாமிரபரணி நதிக்கரை ஓரங்களில் மக்கள் வாழ்விடப் பகுதிகளான ஏழு இடங்களில் அகழாய்வு நடைபெற்று வருகிறது.

சிவகளையில் தமிழ்நாடு தொல்லியல் துறை சார்பில் மேற்கொள்ளப்பட்டு வரும் அகழாய்வில்

கிடைக்கும் பொருட்களை வைத்துப் பார்க்கும் போது ஆதிச்சநல்லூருக்கு முந்தைய காலகட்டமாக இருக்கலாம் எனக் கருதப்படுகிறது.

இரும்பு காலகட்டத்திற்கு முந்தைய காலகட்டத்தில் இந்த பகுதியில் மக்கள் வாழ்ந்ததற்கான சுவடுகள் கிடைத்துள்ளன. குறிப்பாக செம்பு உலோகங்களால் ஆன மனித உருவச் சிலைகள் கிடைக்கப்பெற்றுள்ளன.

தமிழ்நாட்டில் அகழாய்வு நடைபெற்ற இடங்களில் கிடைக்காத வண்ணம் சிவகளைப் பகுதியில் அதிகமான வழிபாட்டுப் பொருட்கள், இறந்தவர்களுக்குப் படையல் இட்ட பொருட்கள் கிடைத்துள்ளன. முதுமக்கள் தாழியைச் சுற்றியும் அடுக்குகள் (பானை வைப்பதற்கான வளையம்), சின்ன சின்ன மண்பானைகள் (கலையங்கள்) கிடைத்துள்ளன.

தாமிரபரணி என்றால் தாமிரம் அல்லது செம்பு உலோகம் என்று பொருள். எனவே செம்பு தாதுகள் அதிகம் நிறைந்த இடமாக இருந்திருக்கும். இந்தப் பகுதிகளில் கிடைக்கும் பொருட்களை வைத்து பார்க்கும் போது இரும்பு காலத்திற்கு முன் செம்பு உலோகப் பயன்பாட்டில் இருந்த காலத்தில் மக்கள் வாழ்ந்ததற்கான அடையாளம் அதிகமாக உள்ளது.

சிவகளை அருகே உள்ள திருச்செந்தூர் கடற்கரையில் அதிகளவு கனிமங்கள் உள்ளதாகத் தெரிகிறது. இந்தக் கனிமங்கள் அனைத்தும் நிச்சயம் தாமிரபரணி ஆற்றுப் படுகையில் இருந்து கடலில் கலக்கும் நீரால் கடல் கனிம வளம் மிக்க கடலாக மாறி இருக்கலாம்.

ஆதிச்சநல்லூர் காலமான கிமு 800, 900 ஆண்டுகளுக்கு முந்தைய காலமாக சிவகளையில் மக்கள் வாழ்ந்திருக்கலாம். தற்போது கிடைத்த பொருட்களின் அடிப்படையில் சிவகளை 3 ஆயிரம் ஆண்டுகளுக்கு முந்தையதாக இருக்கலாம் எனக் கருதப்படுகிறது

இதில், ஸ்ரீ பராக்கிரமபாண்டி திரடு பகுதியில் நடந்துவரும் அகழாய்வுப் பணியில் முதல் முறையாகச் செங்கலால் அமைக்கப்பட்ட கழிவுநீர் வடிகால் போன்ற அமைப்பு

கண்டுபிடிக்கப்பட்டுள்ளது. இந்த அகழ்வாராய்ச்சியில் இருந்து மரபணு சோதனைக்கான எலும்பு உள்ளிட்ட பொருட்கள் கண்டெடுக்கப்பட்டது.

அகழ்வாராய்ச்சியில் கண்டெடுக்கப்பட்ட சுடு மண் பானை, இரும்பு உலோகப் பொருள்கள், பாண்டி விளையாட்டு உபகரணங்கள், களிமண் பொம்மை, களிமண் கிண்ணம், கல்லால் செய்யப்பட்ட பந்து, உலோகங்களைச் சாணைப் பிடிக்கும் கல், பீங்கான் வளையல், செம்பு நாணயம், பானையில் பொறிக்கப்பட்ட தமிழ் பிராமி எழுத்துக்கள் உள்ளிட்ட பல பொருள்களைக் காணலாம்.

இங்கு இரண்டு மீட்டர் ஆழத்தில் பல பானை ஓடுகள் கிடைக்க ஆரம்பித்துள்ளன. ஆனால், அருகிலேயே ஏரி உள்ளதால், அகழாய்வுப் பள்ளங்களில் தெளிவாக பண்பாட்டு அடுக்குகளை அடையாளம் காண்பதில் சிரமம் இருக்கிறது. ஆதிச்சநல்லூரில் வாள், வேறு சில இரும்புப் பொருட்கள் கிடைத்தாலும் அலெக்ஸாண்டர் ரீயின் ஆய்வில் கிடைத்த அளவுக்குப் பொருட்கள் கிடைக்கவில்லை.

சிவகளை

ஆதிச்சநல்லூருக்கு அருகில் உள்ள சிவகளையும் ஈமத் தாழிகள் புதைக்கப்பட்ட இடம்தான். இதுவும் ஆதிச்சநல்லூரும் தொடக்க இரும்பு காலத்தை அதாவது கி.மு. 8 முதல் கி.மு. 9 வரையிலான காலகட்டத்தைச் சேர்ந்தவை. ஆதிச்சநல்லூரையும் சிவகளையையும் ஒரே நிலப்பகுதியாகவும் கருத முடியும். இந்தச் சிவகளை புதைமேடு கிட்டத்தட்ட ஆயிரம் ஏக்கருக்குப் பரந்து கிடக்கிறது. இந்த அளவுக்கு மிகப் பெரிய புதைமேடு இருக்கிறதென்றால், அதற்கு அருகில் உள்ள பராக்கிரமபாண்டிய புரம், மூலக்கரை போன்ற பகுதிகளில் மனிதர்கள் வாழ்ந்த இடங்கள் இருக்கலாம் எனக் கருதப்படுகிறது.

சிவகளையில் சிவகளைப் பரம்பு, பேட்மாநகரம், ஸ்ரீ மூலக்கரை ஆகிய இடங்களில் 15க்கும் மேற்பட்ட ஆய்வுக் குழிகள் அமைக்கப்பட்டுள்ள நிலையில், ஒரே

குழியில் 16 முதுமக்கள் தாழிகள் கண்டெடுக்கப்பட்டன. இவற்றில் 5 தாழிகள் மூடியுடன் கண்டெடுக்கப்பட்டன. ஒட்டுமொத்தமாக இதுவரை சுமார் 40க்கும் மேற்பட்ட முதுமக்கள் தாழிகள் இங்கு கண்டுபிடிக்கப்பட்டுள்ளன.

இவை தவிர, நூல் நூற்க உதவும் தக்கிளி, புகைப்பான், கருப்பு சிவப்பு மண்பாண்டங்கள், பழங்கால மற்றும் இடைக்கால கருவிகள், எலும்புகள், நடுகற்கள் உள்ளிட்டவையும் கண்டெடுக்கப்பட்டுள்ளன.

ஆதிச்சநல்லூரைப் போலவே இங்கும் மூன்று பண்பாட்டு அடுக்குகள் காணப்படுகிறன. இங்கு கிடைத்த ஈமத் தாழிகளில் கிடைத்த பொருட்களை ஓஎஸ்எல், டிஎல் டேட்டிங் செய்து பார்க்கும்போது ஒவ்வொரு பண்பாட்டு அடுக்கின் காலமும் தெளிவாகத் தெரியவருமெனத் தொல்லியல் துறை நம்புகிறது.

❖❖❖

5. கொற்கை

கொற்கையில், கடந்த 1968 மற்றும் 1969ம் ஆண்டுகளில் தமிழகத் தொல்லியல்துறை சார்பில் ஏற்கெனவே அகழாய்வுப் பணிகள் நடைபெற்றுள்ளன. அந்த அகழாய்வுப் பணிதான், தமிழகத் தொல்லியல்துறை உருவான பின்னர், செய்யப்பட்ட முதல் அகழாய்வுப் பணியாகும்.

அந்த அகழாய்வில், கொற்கை நகரம் சுமார் 2,800 ஆண்டுகள் பழைமையானது என்பது உறுதியானது. இங்கு துறைமுகம் இருந்ததாகவும், இங்கிருந்து கடல்வழி ஏற்றுமதி மற்றும் இறக்குமதி நடந்ததாகவும், 'கொற்கை' பாண்டிய மன்னர்களின் தலைநகராகவும் விளங்கியது எனவும் அறிவிக்கப்பட்டது. 52 ஆண்டுகள் கழித்து, மீண்டும் அகழாய்வுப் பணிகள் நடந்தது.

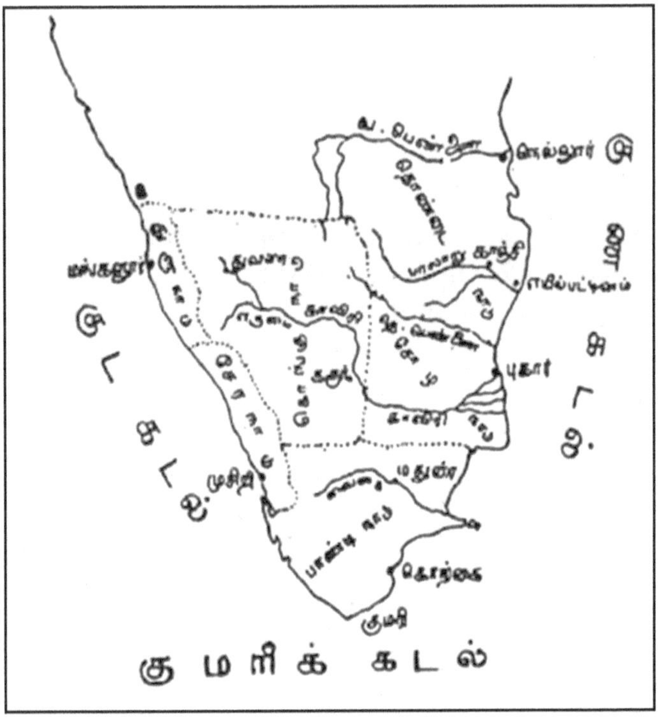

இந்த அகழாய்வுப் பணிக்காக, கொற்கைப் பகுதியில் 17 ஆய்வுக்குழிகள் தோண்டப்பட்டுள்ளன. இந்த அகழாய்வில் ஏற்கெனவே சுமார் 2,800 ஆண்டுகள் பழைமையான கட்டிடம், அறுக்கப்பட்ட நிலையில் சங்குகள், அறுக்கப்பட்ட சங்குகளை பட்டை தீட்டப் பயனபடுத்தப்பட்ட பல வடிகங்கள், சங்குகள், சங்கினால் செய்யப்பட்ட வளையல் துண்டுகள், இரும்பு உருக்குத் துண்டுகள், கறுப்பு சிவப்பு பானை ஓடுகள், கீறல்கள் மற்றும் பல்வேறு குறியீடுகள் உள்ளிட்ட பல்வேறு வகையான பொருள்கள் கண்டெடுக்கப்பட்டுள்ளன.

கடந்த மாதம் நான்கு அடுக்குகள் கொண்ட திரவப் பொருள்களை வடிகட்டும் சுடுமண் குழாய்கள், உருகிய கண்ணாடி மணிகள், கடல் சிப்பிகள், சில கடல் வாழ் உயிரினங்களின் எலும்புகள், சுமார் 2,000 ஆண்டுகளுக்கு முன்பு சங்க காலத்தில் பயன்படுத்திய 9 அடுக்கு கொண்ட செங்கல் கட்டடம் ஆகியவை கண்டுபிடிக்கப்பட்டுள்ளன.

அதே குழியில், இரும்பு உருக்கு, கண்ணாடி மணிகள் என வாழ்விடப் பகுதிகளை உறுதிப்படுத்தும் தொழிற்சாலைகள் இருந்ததற்கான அமைப்புகளும் கண்டுபிடிக்கப்பட்டுள்ளன. இந்த நிலையில், கடந்த சில நாள்களுக்கு முன்பு 9 அடுக்கு செங்கல் கட்டுமானத்தின் அடியில் 4 அடி உயரம் கொண்ட கொள்கலன் ஒன்று கண்டுபிடிக்கப்பட்டது. அந்தக் கொள்கலனைத் தொல்லியல் ஆய்வாளர்கள் வெளியில் எடுக்கும் முயற்சியில் ஈடுபட்டனர். அப்போது, அதன் அடியில் மற்றொரு கொள்கலன் இருந்தது கண்டுபிடிக்கப்பட்டது. இந்த இரண்டடுக்கு கொண்ட கொள்கலன், பழங்காலத்தில் தானியப் பொருள்களைச் சேமித்து வைப்பதற்குப் பயன்படுத்தப்பட்டதாக இருக்கலாம் என, ஆய்வாளர்கள் தரப்பில் கூறப்பட்டுள்ளது.

இதனால், ஆதிச்சநல்லூர் மற்றும் சிவகளை அகழாய்வைப் போலவே கொற்கை அகழாய்வும் மிகவும் முக்கியத்துவம் வாய்ந்ததாகப் பார்க்கப்படுகிறது. இந்த மாத இறுதியில் ஆய்வுப் பணிகள் நிறைவுபெறவுள்ள நிலையில், அகழாய்வில் தொடர்ந்து பழங்காலப் பொருள்கள் கண்டுபிடிக்கப்பட்டு வருவது தொல்லியல் ஆர்வலர்கள் மத்தியில் உற்சாகத்தை ஏற்படுத்தியுள்ளது.

பாண்டிய நாட்டின் துறைமுக நகரமாக இருந்ததாகக் கருதப்படும் கொற்கையில் 1968ல் முதல்முதலாக ஆய்வு

நடத்தப்பட்டது. தமிழ்நாடு மாநில தொல்லியல் துறை 1961ல் உருவாக்கப்பட்ட நிலையில் அந்தத் துறையின் சார்பில் முதல்முதலில் நடந்த அகழாய்வே இங்குதான் நடத்தப்பட்டது. இங்கு கிடைத்த பொருட்களை வைத்து, இந்த இடத்தின் காலம் என்பது கி.மு. 785 எனக் கணிக்கப்பட்டிருக்கிறது. இடைச் சங்ககால பாண்டியர்களின் துறைமுக நகரமாக கொற்கை இருந்ததாகக் கருதப்படுகிறது.

இங்கு இப்போது நடத்தப்பட்டுவரும் அகழாய்வில், பல பானை ஓடுகள் கிடைத்திருக்கின்றன. மேலும் கடந்த வாரம் துளையிடப்பட்ட குழாய்கள் ஒன்பது அடுக்குகளாகக் கிடைத்திருக்கின்றன. இதற்குள் உள்ள பொருட்களை ஆய்வுசெய்த பிறகு, இவை எதற்காகப் பயன்படுத்தப்பட்டன என்பது தெரியவரக்கூடும்.

❖❖❖

6. கங்கை கொண்ட சோழபுரம்

கங்கை கண்ட சோழபுரத்தில் முதலாம் ராஜேந்திரச் சோழனின் அரண்மனை அமைந்திருந்ததாகக் கருதப்படும் மாளிகை மேடு பகுதியில் அகழாய்வு நடத்தப்பட்டது. இங்கு ஏற்கனவே நடந்த அகழாய்வில் சோழர் காலத்து அரண்மனையின் அடிப்பகுதியின் ஒரு பகுதி வெளிப்பட்டது. தற்போது, அரண்மனையின் அமைப்பைப் புரிந்துகொள்ளும் வகையில் ஏதாவது ஒரு பகுதியின் முழுமையையும் வெளிப்படுத்த முயற்சிகள் மேற்கொள்ளப்பட்டிருக்கின்றன. இங்கு ஆங்கில எழுத்தான 'ஜி' வடிவில் ஒரு பெரிய சுவர் கிடைத்துள்ளது.

மிகப் பெரிய ஆணிகளும் கிடைத்துள்ளன. "இந்த அளவுக்கு ஆணி பெரிதாக இருக்கிறதென்றால், அங்கு இருந்திருக்கக்கூடிய கதவு போன்ற மரப் பொருட்களின் உயரத்தையும் அகலத்தையும் புரிந்துகொள்ளலாம்" என்கிறார் மாநிலத் தொல்லியல் துறையின் துணை இயக்குனரான ஆர். சிவானந்தம். இங்குள்ள அரண்மனை இரட்டைச் சுவர்களால் கட்டப்பட்டிருப்பதாகக் கருதப்படுகிறது.

இந்த மாளிகை சுமார் ஒன்றரைக் கி.மீ. பரப்பளவுக்கு இருந்திருக்கலாம் எனக் கருதப்படுகிறது. கங்கைகொண்ட சோழபுரம் கோவிலில் இருந்து 500 மீட்டர் தொலைவில் இந்த மாளிகையின் மதில் சுவர் காணப்படுகிறது. ஏற்கனவே 2008ல் இங்கு நடந்த அகழாய்வில் இந்த மதில் சுவர் கண்டுபிடிக்கப்பட்டது. இவை தவிர, கொக்கிகள், சீன நாட்டுப் பானை ஓடுகள் போன்றவையும் கிடைத்திருக்கின்றன. டெரகோட்டா உருவங்களும் கிடைத்திருக்கின்றன.

❖❖❖

7.கொடுமணல்

கொடுமணல் அகழாய்வைப் பொறுத்தவரை, இங்கு பலமுறை தஞ்சாவூர் பல்கலைக்கழகம், பாண்டிச்சேரி பல்கலைக்கழகம், இந்தியத் தொல்லியல் துறை, மாநிலத் தொல்லியல் துறை போன்றவை அகழாய்வுகளைச் செய்திருக்கின்றன. சுமார் 12 முறை இங்கு அகழாய்வு செய்யப்பட்டிருக்கிறது. இங்கு இதுவரை கிடைத்துள்ள பொருட்கள் எல்லாமே ஒரே காலகட்டத்தைச் சுட்டிக்காட்டுபவையாகவே இருக்கின்றன.

இங்கு இரண்டு விதமான தலங்கள் இருக்கின்றன. ஒன்று ஈமத் தலம். மற்றொன்று தொழில் நடைபெற்ற இடம். இங்கு பெரும்பாலும் மணிகள் செய்யப்பட்ட இடங்கள் அதிகம் கிடைத்திருக்கின்றன. இங்கு மணிகள் அறுக்கும் தொழிற்சாலைகளுக்கான உலைகள், காசுகள் போன்றவை கிடைத்திருக்கின்றன. ஒரு கிணறும் அதற்கு அருகில் இரண்டு பக்கமும் படிகள் இருப்பதும் கண்டறியப்பட்டுள்ளது. இந்த இடத்தைப் பொறுத்தவரை கி.மு. 3ஆம் நூற்றாண்டு முதல் கி.பி. 3ஆம் நூற்றாண்டுவரை சேர்ந்ததாக இருக்கலாம் என்கிறார் சிவானந்தம்.

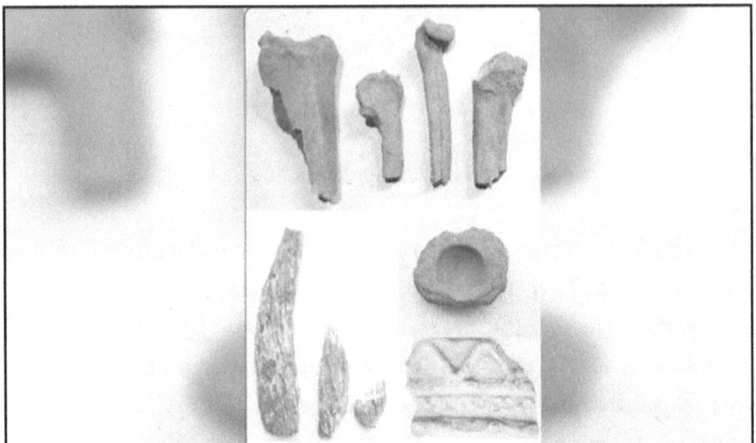

சென்னிமலை அருகே உள்ள கொடுமணலில் நடந்த அகழாய்வில் கிடைத்த பழங்கால மனிதர்களின் எலும்புகள் மற்றும் மண்ணாலான பொருட்களின் உடைந்த பாகங்களை படத்தில் காணலாம்.

தமிழ் நாட்டின் ஈரோடு மாவட்டம் பெருந்துறை வட்டம், சென்னிமலையிலிருந்து மேற்கே சுமார் 15 கிமீ தூரத்திலும், திருப்பூர் மாவட்டம், ஊத்துக்குளியிலிருந்து சுமார் 9 கிமீ தூரத்திலும், காவிரி ஆற்றில் கலக்கும் நொய்யல் ஆற்றின் வட கரையில், இன்றைய கொடுமணல் அமைந்துள்ளது. இதன் அமைவிடம், சங்ககாலச் சேர நாட்டின் தலைநகரமான கரூரை, மேற்குக் கடற்கரையுடன் இணைக்கும் பண்டைய வணிகப் பாதையில் இருப்பது குறிப்பிடத்தக்கது. கி.மு. 6–5ம் நூற்றாண்டுகளிலேயே மக்கள் வாழ்ந்ததற்கான தடயங்கள் நிறைய உள்ளன.

கொடுமணல் பழங்கால தமிழ்நாட்டின் வணிக நகராக இருந்த முக்கியத்துவம் வாய்ந்த பகுதியாகும். சங்க இலக்கியமான பதிற்றுப்பத்தில் கொடுமணல் குறித்த குறிப்புகள் காணப்படுகின்றன.

> கொடுமணம் பட்ட நெடுமொழி யொக்கலொடு
> பந்தர்ப் பெயரிய பேரிசை மூதூர்க்
> கடனறி மரபிற் கைவல் பாண
> தெண்கடன் முத்தமொடு நன்கலம் பெறுகுவை"
>
> (பதிற்று : 67)

என்று கபிலரும்,

> கொடுமணம் பட்ட வினைமாண் அருங்கலம்"
>
> (பதிற்று : 74)

என்று அரிசில் கிழாரும் பாடியுள்ளனர்.

ஊர்ச்சிறப்பு

இவ்வூர் இரும்புக் காலம் (Iron Age), வரலாற்றுக் காலத்தின் தொடக்கக் காலம் (Early Historic period), சங்க காலம் (Sangam Age) என வழங்கப்படும் காலகட்டத்தில் மக்கள் வாழ்ந்த பகுதியாகும். கொடுமணம் என்று சங்ககாலத்தில் அழைக்கப்பட்ட இவ்விடம் பற்றிப் பதிற்றுப்பத்து என்னும் சங்க நூலில் குறிப்புகள் உள்ளன. கிறிஸ்துவுக்கு முந்திய முதல் சில நூற்றாண்டுகளில் இப்பகுதி வணிகத்திலும், தொழிற் துறையிலும் சிறப்புற்று இருந்ததற்கான சான்றுகள் சங்க இலக்கியங்களில் காணப்படுகின்றன.

சென்னிமலை அருகே கொடுமணல் பகுதியில் நடைபெற்று வரும் அகழ்வாராய்ச்சியில் கல்லறைகள் கண்டுபிடிக்கப்பட்டது. இதில் ஒரு கல்லறையை சுற்றி கற்கள் வட்டமாக வைக்கப்பட்டுள்ளது. கல்லறையின் வலது புறத்தில் சிவலிங்கம் போன்று ஒரு கல் பெரிதாக நடப்பட்டுள்ளதை படத்தில் காணலாம்.

கொடுமணல் தொல்லியற் களம் 50 ஹெக்டேர் வரை பரந்துள்ளது. இதில் பெரும்பகுதி புதைகுழிகள் அடங்கிய அடக்கக் களமாகக் காணப்படுகின்றது. இதன் அருகில் சுமார் 15 ஹெக்டேர் பரப்பளவில் குடியிருப்புப் பகுதி இருந்தமைக்கான தடயங்கள் காணப்படுகின்றன.

இக்களம் 1961 ஆம் ஆண்டில் புலவர் செ.இராசு, செல்வி முத்தையா ஆகியோரால் கண்டுபிடிக்கப்பட்டது. இதன் பின்னர் பல தடவைகளில் தொல்லியல் துறையினரால் இங்கே ஆய்வுகள் நடத்தப்பட்டுள்ளன. இவ்வாய்வுகளில், பெருங்கற்காலப் பண்பாட்டுக்குரிய 300 க்கும் மேற்பட்ட இறந்தோருக்கான நினைவுச் சின்னங்கள், முதுமக்கள் தாழிகள் கண்டுபிடிக்கப்பட்டுள்ளன. இவை பல வகைகளிலும், அளவுகளிலும் காணப்படுகின்றன.

தொன்மையான தொழில் நகரம்

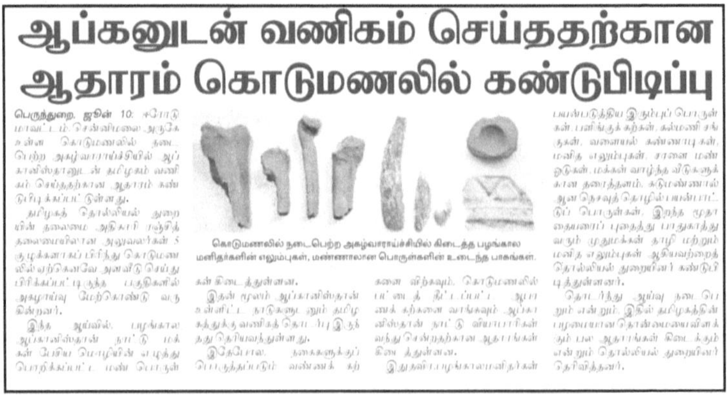

ஆப்கனுடன் வணிகம் செய்ததற்கான ஆதாரம் கொடுமணலில் கண்டுபிடிப்பு

பெருந்துறை, ஜூன் 10: ஈரோடு மாவட்டம், சென்னிமலை அருகே உள்ள கொடுமணலில் நடைபெற்ற அகழ்வாராய்ச்சியில் ஆப்கானிஸ்தானுடன் தமிழகம் வணிகம் செய்ததற்கான ஆதாரம் கண்டுபிடிக்கப்பட்டுள்ளது.

தமிழகத் தொல்லியல் துறையின் தலைமை அதிகாரி ரஞ்சித் தலைமையிலான அலுவலர்கள் 5 குழுக்களாகப் பிரிந்து கொடுமணலில் ஏற்கெனவே அளவீடு செய்து பிரிக்கப்பட்டிருந்த பகுதிகளில் அகழாய்வு மேற்கொண்டு வருகின்றனர்.

இந்த ஆய்வில், பழங்கால ஆப்கானிஸ்தான் நாட்டு மக்கள் பேசிய மொழியின் எழுத்து பொறிக்கப்பட்ட மண் பொருள்கள் கிடைத்துள்ளன.

இதன் மூலம் ஆப்கானிஸ்தான் உள்ளிட்ட நாடுகளுடனும் தமிழகத்துக்கு வணிகத் தொடர்பு இருந்தது தெரியவந்துள்ளது.

இதேபோல, நகைகளுக்குப் பொருத்தப்படும் வண்ணக் கற்களை விற்கவும், கொடுமணலில் பட்டை தீட்டப்பட்ட ஆபரணக் கற்களை வாங்கவும் ஆப்கானிஸ்தான் நாட்டு வியாபாரிகள் வந்து சென்றதற்கான ஆதாரங்கள் கிடைத்துள்ளன.

இதுதவிர பழங்காலமனிதர்கள் பயன்படுத்திய இரும்புப் பொருள்கள், பளிங்குக் கற்கள், கல்மணி சங்குகள், வளையல் கண்ணாடிகள், மனித எலும்புகள், சாளை மண் ஓடுகள், மக்கள் வாழ்ந்த வீடுகளுக்கான தரைத்தளம், சுடுமண்ணால் ஆன நெசவுத் தொழில் பயன்பாட்டுப் பொருள்கள், இறந்த மூதாதையரைப் புதைத்து பாதுகாத்து வரும் முதுமக்கள் தாழி மற்றும் மனித எலும்புகள் ஆகியவற்றைத் தொல்லியல் துறையினர் கண்டுபிடித்துள்ளனர்.

தொடர்ந்து ஆய்வு நடைபெறும் என்றும், இதில் தமிழகத்தின் பழமையான தொன்மையை விளக்கும் பல ஆதாரங்கள் கிடைக்கும் என்றும் தொல்லியல் துறையினர் தெரிவித்தனர்.

கொடுமணலில் நடைபெற்ற அகழ்வாராய்ச்சியில் கிடைத்த பழங்கால மனிதர்களின் எலும்புகள், மண்ணாலான பொருள்களின் உடைந்த பாகங்கள்.

கொடுமணல் சங்க இலக்கியத்தில் "கொடுமணம்" என்னும் பெயர் பெற்றிருந்தது. அங்கு திறமை மிக்க கைவினைக் கலைஞர்கள் இரும்பை சக்திவாய்ந்த வெப்ப உலைகளில் இட்டு, உருக்கி எஃகாக மாற்றினர். அந்த உலோகம் பல இடங்களுக்கும் ஏற்றுமதி செய்யப்பட்டது.

அதுபோலவே, கொடுமணலில் நடந்த அகழாய்வின்போது கண்டுபிடிக்கப்பட்ட ஆயிரக்கணக்கான பாசி மணிகளும், கருமாணிக்கம், நீல மணி, செவ்வந்திக்கல், மரகதம், வைடூரியம், நீலம், பச்சை, மங்கிய சிவப்புக் கல், கந்தகக் கன்மகி போன்ற நகைக்கற்களும் அங்கு அலங்காரப் பொருள் தொழிலகம் இருந்தமைக்குச் சான்று பகர்கின்றன.

சேர நாட்டைச் சார்ந்த இந்தத் தொழில் நகரம் சோழ நாட்டுக் காவிரிப்பூம்பட்டினத்தோடு வியாபாரச் சாலைத் தொடர்பு கொண்டிருந்தது.

வெளிநாட்டு வணிகத் தொடர்பு

4 • கோவை 11.6.2020 தினகரன்

கொடுமணல் அகழாய்வில்

சங்க கால வணிக நாணயங்கள் கண்டுபிடிப்பு

▸ சென்னிமலை அருகே கொடுமணல் அகழாய்வில் சங்க காலத்தில் இறந்தவர்களை கல் வளையத்தில் புதைத்த இடங்களில் தொல்லியல் துறையினர் ஆய்வு செய்து வருகின்றனர். அடுத்தபடம்: அகழாய்வில் கிடைத்த வெள்ளி நாணயம், இரண்டு செப்பு நாணயங்கள்.

பெருந்துறை, ஜூன் 11: சென்னிமலை அருகே கொடுமணலில் மீண்டும் தொடங்கப்பட்டுள்ள அகழாய்வில் சங்க காலத்தில் வணிக தொடர்புக்காக பயன்படுத்தப்பட்ட நாணயங்கள் கிடைத்துள்ளன.

ஈரோடு மாவட்டம் சென்னிமலை அருகே நொய்யலாற்றின் கரையில் அமைந்துள்ள கொடுமணல் நீண்ட காலமாகவே தொல்லியல் ஆய்வுக்கு உட்படுத்தப்பட்ட ஒரு பகுதியாகும். 1985ம் ஆண்டில் இருந்து 2018ம் ஆண்டு வரை பல கட்டங்களாக மத்திய தொல்லியல் துறை, மாநில அரசின் தொல்லியல் துறை, தஞ்சாவூர் தமிழ் பல்கலைக்கழகம் ஆகியவை கொடுமணலில் அகழாய்வுகளைச் செய்துள்ளன. அந்த அகழ்வுகளில் பழங்கால பொருட்கள் கண்டுபிடிக்கப்பட்டன.

கல்மணிகள், இரும்பு உருக்குப் பொருட்களை தயாரிக்கும் தொழிற்கூடங்கள் இங்கு இருந்ததும் கண்டறியப்பட்டது. தமிழ் பிராமி எழுத்துகளுடன் கூடிய பானை ஓடுகளும் இங்கே கிடைத்துள்ளன. இந்நிலையில், மாநில தொல்லியல் துறை சார்பில் கடந்த மாதம் 27ம் தேதி முதல் கொடுமணலில் மீண்டும் அகழாய்வு பணிகள் தொடங்கப்பட்டன.

ஆய்வாளர் ரஞ்சித் தலைமையிலான குழுவினர் கொடுமணலில் தங்கி அகழ்வு பணிகளை செய்து வருகின்றனர். சுமார் 2 அடி ஆழத்திற்கு இங்குள்ள விளை நிலங்கள் அகழ்ந்தெடுக்கப்பட்ட நிலையில் ஒரு வெள்ளி நாணயம் மற்றும் இரண்டு செப்பு நாணயங்கள் கிடைத்துள்ளன. இவை ரோமானியர் அல்லது பிரெஞ்ச் நாட்டின் பழங்கால நாணயங்களாக இருக்கலாம் என கருதப்படுகிறது. கி.மு. 3ம் நூற்றாண்டில் ரோமானியர்களுடன், இந்த பகுதி மக்கள் வணிகத்தொடர்பு வைத்திருந்ததற்கான முக்கிய ஆதாரமாக இந்த நாணயங்கள் கருதப்படுகின்றன.

இதுதவிர கல் மணிகள், பளிங்கு கற்கள், சங்கு வளையல்கள், சுடுமண் தக்களி, சுடுமண் ஆபரணங்கள் கிடைத்துள்ளன. இந்த பகுதியில் ஆபரண தொழிற்கூடம் இருந்ததற்கான சான்றுகளும் கிடைத்துள்ளன. இதே பகுதியில், நீத்தார் நினைவுப்பகுதிகளை ஆய்வு செய்யும் பணியையும் இக்குழுவினர் துவங்கி உள்ளனர்.

கல் வளையங்கள் அமைத்து நீத்தார் நினைவிடங்கள் உள்ளன. இதில், கிடைக்கும் எலும்புகளை முதன்முறையாக டிஎன்ஏ பரிசோதனைக்கு அனுப்ப தொல்லியல் துறை திட்டமிட்டுள்ளது.

இதன்மூலம், கொடுமணலில் வாழ்ந்த ஆதி மனிதர்களின் காலம் துல்லியமாக தெரியவரும். மேலும், தற்போது மேற்கொள்ளப்பட்டு வரும் அகழாய்வில் முக்கியத்துவம் வாய்ந்த பழந்தமிழர் பண்பாட்டு சான்றுகள் கிடைக்கும் என இப்பகுதி மக்கள் எதிர்பார்க்கின்றனர்.

கொடுமணலில் உருவாக்கப்பட்ட உருக்கு, எஃகு மற்றும் பலவகை பாசி மணிகள் எகிப்து, உரோமை போன்ற வெளி நாடுகளுக்கும் அனுப்பப்பட்டன. கொடுமணலுக்கும், மேற்குக் கடற்கரையில் முசிறி துறைமுகத்திற்கும் (இன்று கேரளத்தில் "பட்டணம்" என்று அழைக்கப்படும் நகர்) இடையே வணிக வழித் தொடர்பு இருந்தது. ஏற்றுமதிப் பொருள்கள் முசிறிக்குக் கொண்டு செல்லப்பட்டு, அங்கிருந்து மேலை நாடுகளுக்கு ஏற்றுமதி செய்யப்பட்டன.

அகழாய்வில் கிடைத்த பிற சான்றுகள்

கொடுமணலில் நிகழ்ந்த அகழாய்வுகளின்போது, இரும்பால் ஆன ஈட்டி முனைகள், வாள்கள், இரும்பு உருக்காலை, சிப்பி, கிளிஞ்சல் அழகொப்பனை வளையல்கள், தமிழ் பிராமி எழுத்துக்களைக் கொண்ட மட்பாண்டங்கள் போன்றவை பெருமளவில் கண்டுபிடிக்கப்பட்டன.

புலியுடன் வேட்டை நாய் மோதும் வீரநடுகல்!

திருப்பூர், அக். 26–

வரலாற்றை பறைசாற்றும் கொடுமணல்

• திருப்பூர் அருகே கொடுமணல், வெங்கமேடு கிராமத்தில், கண்டறியப்பட்ட பல நூறு ஆண்டுகள் பழமை வாய்ந்த அய்யனார் சிற்பம் மற்றும் வீர நடுகல்.

உரோமைப் பேரரசில் புழங்கிய பொன் மற்றும் வெள்ளி நாணயங்கள் பலவும் கிடைத்தன. மேலும், செப்பால் ஆன சிங்கச் சிலை மற்றும் இரும்பு உருக்கு ஆலை கண்டுபிடிக்கப்பட்டதைக் கொண்டு கொடுமணல் கி.மு. முதல் நூற்றாண்டிலிருந்தே தொழில் நுட்பத்தில் சிறந்து விளங்கிய நகரமாக அறியப்பட்டுள்ளது.

கிமு 500க்கு முற்பட்ட தமிழி எழுத்துக்கள் பொறிக்கப்பட்ட பானையின் சிதிலங்களையும் பல ஆபரணங்களையும் பாண்டிச்சேரி பல்கலைக்கழகத்தைச் சேர்ந்த ஆராய்ச்சியாளர்கள் கண்டுபிடித்துள்ளனர்.

தமிழகத்தில் நடைபெற்ற அகழாய்வுகளில் முதல்முறையாக கொடுமணலில் ஆ, ஈ போன்ற நெடில் எழுத்துக்கள் கண்டறியப்பட்டுள்ளதாக மத்தியத் தொல்லியல் துறை தெரிவித்தது.

❖❖❖

8. மயிலாடும்பாறை

கிருஷ்ணகிரியில் உள்ள மயிலாடும்பாறையைப் பொறுத்தவரை, அந்தப் பகுதி புதிய கற்காலத்தைச் சேர்ந்ததாகக் கருதப்படுகிறது. அடுத்ததாகப் பெருங்கற்காலத்தைச் சேர்ந்த பொருட்களும் இங்கு கிடைத்துள்ளன. குறிப்பாக மிக நீளமான வாள் ஒன்று கிடைத்துள்ளது. இங்கு கிடைத்துள்ள பானைகள் பெரும்பாலும் சக்கரங்களைக் கொண்டு வனையாமல், கையால் வனையப்பட்டவையாக உள்ளன.

கிருஷ்ணகிரி மாவட்டம் தொகரப்பள்ளி அருகே மயிலாடும்பாறையில், தமிழ்நாடு தொல்லியல் துறை சார்பில் 2002 மார்ச்சில், அகழாய்வு துவங்கப்பட்டது. துறையின் துணை இயக்குனர் சிவானந்தம் தலைமையில் ஆய்வு மாணவர்கள் பங்கேற்றனர்.

மயிலாடும்பாறை சானரப்பன் மலையில் இறந்தவர்களைப் புதைக்கும் குழியின் நான்கு மூலைகளிலும், 3 கத்தி துண்டுகள், 3 கால்கள் உள்ள 4 சிறிய குடுவைகள், 1 தண்ணீர் குவளை, 2500 ஆண்டுகளுக்கு முற்பட்ட வாள் கண்டுபிடிக்கப்பட்டுள்ளது. இவை அனைத்தும் 2,500

ஆண்டுகளுக்கு முற்பட்டவை என்று அகழாய்வு இயக்குனர் சக்திவேல் தெரிவித்தார். மேலும் அகழாய்வு இயக்குநர் சக்திவேல் கூறுகையில், பர்கூர் வட்டம் மயிலாடும்பாறையில், சானரப்பன் மலையில் மனிதர்கள் வாழ்ந்ததற்கான அடையாளங்கள் உள்ளன. மலையின் கீழ், 100க்கும் மேற்பட்ட பெருங்கற்கால (2500 ஆண்டுகளுக்கு முற்பட்டது) ஈமச்சின்னங்கள் காணப்படுகின்றன. இங்கு முன்னோர்கள் எந்த மாதிரியான வாழ்வியல் முறைகளை மேற்கொண்டனர். உலக அளவில் உள்ள பல்வேறு இனக்குழுக்களில் இவர்கள் எந்த இனக்குழுவைச் சேர்ந்தவர்கள் என்பதை இங்கு கிடைக்கும் பொருட்களைக் கொண்டு டிஎன்ஏ சோதனை மூலம் கண்டுபிடிக்கப்பட உள்ளது.

கடந்த 1980 மற்றும் 2003ம் ஆண்டில் இங்கு மேற்கொண்ட ஆய்வுகளில் இவை புதிய கற்காலத்தைச் சேர்ந்த இடம் என்று வரலாற்று ஆய்வாளர்கள் குறிப்பிட்டுள்ளனர். இங்கு கடந்த 3 மாதங்கள் ஆய்வு மேற்கொண்டதில் மனித எழும்புகள் எதுவும் நேரடியாக நமக்குக் கிடைக்கவில்லை. தொடர்ந்து ஆய்வுகள் மேற்கொள்ளப்பட்டு வருகின்றன.

தற்போது நடைபெற்று வரும் ஆய்வில், இங்கு பெருங்கற்காலத்தைச் சேர்ந்த 70 செ.மீ., நீளமுள்ள இரும்பு வாள் ஒன்று கண்டுபிடிக்கப்பட்டுள்ளது. இதில் தற்போது 40 செ.மீ., வாளின் முனைப்பகுதி மட்டும் வெளியே எடுக்கப்பட்டுள்ளது. வாளின் கைப்பிடிப் பகுதி இன்னும் எடுக்கவில்லை. ஈமச்சின்னத்தில் வைக்கப்பட்ட வாளானது நாளடைவில் மண்ணின் அழுத்தம் காரணமாக வாள் உடைந்து மேடு, பள்ளமுமாக மாறியுள்ளது. இந்த வாள் 2,500 ஆண்டுகளுக்கு முற்பட்டதாகக் கருதப்படுகிறது. இந்த வாளை சேகரித்து ஆய்வுக்கு அனுப்பி வைக்கப்பட உள்ளது. முடிவுகள் வந்தபிறகுதான் இந்த வாளின் சரியான காலத்தை கணிக்க முடியும் என்று அவர் கூறினார்.

❖❖❖

9.காவிரிப்பூம்பட்டினம்

பூம்புகார் என்றாலே கடற்கரைதான் நினைவுக்கு வரும். அதே நேரத்தில் இது தமிழரின் வாழ்வியல் சொல்லும் நகரமும் கூட. சங்ககாலத் (கி.மு.300–கி.பி. 300) தமிழகத்தில் இருந்த துறைமுகங்களில் கிழக்குக் கடற்கரையில் சோழர்களின் உலகத்தரம் வாய்ந்த துறைமுகமாகக் காவிரிப்பூம்பட்டினம் விளங்கியது.

நாகப்பட்டினம் மாவட்டம் சீர்காழி வட்டத்தில் காவிரிப்பூம்பட்டினம் இன்று ஒரு சிறிய மீனவக் கிராமமாகக் கடற்கரையில் அமைந்துள்ளது.

இலக்கியக் குறிப்புகள்:

காவிரிப்பூம்பட்டினத்தின் நகரமைப்பு மற்றும் துறைமுகச் சிறப்புகளை பட்டினப்பாலை, சிலப்பதிகாரம், மணிமேகலை போன்ற இலக்கியங்கள் தெளிவாகக் காட்டுகின்றன. வணிக நிமித்தமாக யவனர்கள் இங்கு வாழ்ந்ததைப் பட்டினப்பாலை குறிப்பிடுகிறது. இவர்கள் தங்கிருந்த இடத்தை யவன இருக்கை எனச் சிலப்பதிகாரம் (510) சுட்டுகிறது. வெள்ளையன் இருப்பு எனும் ஒரு பகுதி காவிரிப்பூம்பட்டினத்தில் இன்றும் காணப்படுவது நோக்கத்தக்கது. சோழர்களின் சிறப்புமிகு இத்துறைமுக நகரை உருவாக்க யவனத்தச்சர் என அழைக்கப்பட்ட ரோமானிய நாட்டுச் சிற்பிகள் பயன்படுத்தப்பட்டதை மணிமேகலை (19:107 108) காட்டுகிறது. வெவ்வேறு நாடுகளில் இருந்து நீரின் வழியாக இத்துறைமுகத்திற்கு வந்து இறங்கிய பொருட்கள் குறித்தும் அதன் சிறப்புப் பற்றியும் பட்டினப்பாலை மிகத் தெளிவாக விவரிக்கிறது.

அப்பாடல் வரிகள் பின்வருமாறு:

“நீரின் வந்த நிமிர்பரிப் புரவியும்
காலின் வந்த கருங்கறி மூடையும்

வடமலைப் பிறந்த ஆரமும் அகிலும்
தென்கடல் முத்தும் குணகடல் துகிரும்
கங்கை வாரியும் காவிரிப் பயனும்
ஈழத்துணர்வும் காழகத் தாக்கமும்
அரியவும் பெரியவும் நெரிய ஈண்டி
வளந்தலை மயங்கிய நனந்தலை மறுகு"

இப்பாடலிலிருந்து நீரின் வழியாக வரப்பெற்ற உயர்வகை குதிரைகள், நிலவழியாகக் கொண்டு வரப்பட்ட மிளகு, வடக்கு மலைகளிலிருந்து தருவிக்கப்பட்ட அரிய வைரக்கற்கள் மற்றும் பொன், மேற்கு மலைகளில் கிடைக்கின்ற சந்தனம் உள்ளிட்ட வாசனைப் பொருள்கள், தென்கடல் முத்து, கீழைக் கடல் பகுதியிலிருந்து பெறப்படும் பவளம், கங்கை மற்றும் காவிரியின் வளத்தால் பெறப்பட்ட பொருள்கள், ஈழத்திலிருந்து உணவு வகைகள், காழகத்தில் உற்பத்தி செய்யப்பட்டவை (பெரும்பாலும், உலோகப்பொருளாக இருக்க வேண்டும்), பிற இடங்களிலிருந்து வந்து இறங்கிய அரிய மற்றும் பெரிய பொருள்களும் இத்துறைமுகம் வந்து சென்றதை அறிவதிலிருந்து இங்கு உள்நாட்டு மற்றும் வெளிநாட்டு வணிகச் செயல்பாடுகள் உச்சநிலை பெற்றிருந்ததை அறிய முடிகிறது. கடல் வாணிபத்தால் இத்துறைமுக நகரில் காணப்பட்ட செல்வவளம் பற்றிச் சிலப்பதிகாரம் (2:26) பேசுகிறது. இத்துறைமுகத்திற்கு இரவு நேரங்களில் வந்துசேரும் கப்பல்களுக்குத் திசையினை உணர்த்த கலங்கரை விளக்கம் இருந்ததை மேற்சுட்டிய இலக்கியம் "இலங்கு நீர் விரைப்பிற் கலங்கரை விளக்கமும்" என்ற பாடல் வரியின் வாயிலாகத் தெரிவிக்கிறது.

புகார் துறைமுகத்தில் ஏற்றுமதி, இறக்குமதி சிறப்பாக நடைபெற்றதையும், இப்பொருட்களுக்குச் சுங்கம் வசூலிக்கப்பட்டதையும், இதற்கு அடையாளமாக அப்பொருட்களின் மேல் சோழ அரசின் புலி முத்திரை இடப்பெற்றதையும் பின்வரும் பட்டினப்பாலை பாடல் வரிகள் மிகத் தெளிவாகக் காட்டுகின்றன.

"நீரினின்றும் நிலத்தேற்றவும்
நிலத்தினின்று நீர்ப்பரப்பவும்

அளந்தறியாப் பலபண்டம்
வரம்பறியாமை வந்தீண்டி
அருங்கடிப் பெருங்காப்பின்
வலியுடை வல்லணங்கினோன்
புலி பொறித்துப் புறம்போக்கி
மதி நிறைந்த மலிபண்டம்
பொதி மூடைப் போர் ஏறி"

காவிரிப்பூம்பட்டினத்தில் புலி உருவம் பொறித்த பலவகையான முத்திரைகள் கண்டு பிடிக்கப்பட்டுள்ளமை (ஆறுமுக சீதாராமன், சங்ககாலத் தொல்லியல் கண்டுபிடிப்புகள், ஆவணம், 1994) மேற்சுட்டிய இலக்கியச் செய்திகளுக்கு வலுசேர்ப்பதாகும். இம்முத்திரைகளில் 6.150 கிராம் எடையுள்ள செம்பு முத்திரை ஒன்று குறிப்பிடத்தக்கதாகும். இதில் புலி வலது பக்கம் நோக்கிய நிலையில் முன்காலைத் தூக்கியும், வாயைத் திறந்து கொண்டும் மிகக் கம்பீரமாகக் காட்டப்பட்டுள்ளது. இதில் புலிச்சின்னம் குழிவாக முத்திரை முறையில் உள்ளது. இதில் எழுத்துகள் எதுவும் காணப்படவில்லை. இம்முத்திரை துறைமுகத்தில் பயன்படுத்தப்பட்டதாக இருக்கவேண்டும். இத்துறைமுகத்திலிருந்து அரசுக்கு நிறைய வருவாய் வரப்பெற்றதோடு வாணிபம் வளர்ச்சியடைந்திருந்ததால் புகார் நகரமும் செல்வச் செழிப்போடு காணப்பட்டது என்பதையும் உணரமுடிகிறது.

பொதுவாக அக்காலத் தமிழகத் துறைமுகங்களில் வங்கம் மற்றும் நாவாய் போன்ற கலங்கள் வாணிப நோக்கில் ஈடுபடுத்தப்பட்டிருந்ததைச் சங்க இலக்கியங்கள் பல இடங்களில் சுட்டுகின்றன. அகநானூறு (255:16) குறிப்பிலிருந்து வங்கம் என்பது பொருள்களை ஏற்றிச் செல்லத்தக்க வகையில் மிகப்பெரிய கப்பலாக இருந்திருக்க வேண்டும் என்பதை உணரமுடிகிறது.

"............................கூம்பொடு
மீப்பாய் களையாது மிசைபாரம் தோண்டாது
புகா அர்ப் புகுந்த பெருங்கலம்"

என்னும் புறநானூறு (30:1113) வரிகள் பாய்மரத்தில் (mast) கட்டப்பட்டிருந்த பாய்கள் (sails) களையாமல்

(இறக்கப்படாமல்) பெரிய கலங்கள் (ships) புகார் துறைமுகத்திற்குள் வந்து சென்றதைக் காட்டுவதிலிருந்து சங்ககாலத்தில் இத்துறைமுகச் செயல்பாடுகள் மிகச் சுறுசுறுப்புடன் இருந்ததைக் காட்டுவதாகக் கொள்ளலாம்.

பூம்புகார் போற்றுதும் பூம்புகார் போற்றுதும்
வீங்குநீர் வேலியுலகிற் கவன்குலத்தொரு
ஓங்கிப் பரந்தொழுகலான் என்று சிலப்பதிகாரமும்,
வான் பொய்ப்பினும் தான் பொய்யா
மலைத் தலைய கடற்காவிரி
புனல் பரந்து பொன் கொழிக்கும்

என்று பட்டினப்பாலையும்,

புகழ்ந்து பாராட்டும் சங்கப் பாடல்கள் குறிக்கும் புகார், தற்போது நாகை மாவட்டத்தில், மயிலாடுதுறை வட்டத்தில், மயிலாடுதுறையில் இருந்து சுமார் 26 கி.மீ. தொலைவிலும், சீர்காழியிலிருந்து 19 கி.மீ. தொலைவிலும் அமைந்துள்ள காவிரிப்பூம்பட்டினம் என்ற ஊர்தான். சுமார் 2000 ஆண்டுகளுக்கு முன்னர் அன்றைய மக்களால் உருவாக்கப்பட்ட ஒரு சிறப்பான நகரமே காவிரிப்பூம்பட்டினம்.

ஒரு காலத்தில் கிரேக்கம், பாரசீகம் போன்ற நாடுகளிலிருந்து கப்பல்கள் வந்து நின்ற தமிழர் நாகரிகத்தின் தொன்மையான துறைமுகம் இது. கி.மு. 500ஆண்டுகளுக்கு முன்பிருந்து சிலப்பதிகார காலம் வரையில் இப்பகுதியானது மிக முக்கியமான துறைமுக நகரமாக இருந்ததால்தான் தொடர்ச்சியாக இலக்கியங்கள் அதனைப் பதிவு செய்கின்றன. இன்றைய நாகப்பட்டினம் பகுதியில் அமைந்துள்ள இப்பூம்புகார் நகரம் பண்டைக்காலத்தில் கடல் சீற்றத்தால் அழிக்கப்பட்டது என்பதை கடல் சார் ஆய்வுகள் உறுதிப்படுத்துகின்றன.

இன்னும் கடலினுள் இடிந்த கட்டடங்களின் எச்சங்களையும் நகர அமைப்புகளையும் காணமுடிகிறது. இதன் மூலம் சங்க காலத்தில் இருந்த காவிரிப்பூம்பட்டின நிலப்பகுதியின் பல இடங்கள் கடலுக்கு இரையாகி உள்ளது என்பதை அறியலாம்.

பழமையான இந்த நகர நுழைவாயில் அமைப்பு தரங்கம்பாடியில் அமைந்துள்ளது. இது 1792ம் ஆண்டில் ஆங்கிலேயர்களால் கட்டத் துவங்கப்பட்டு டேனிஷ் ஆட்சியாளர்களால் கட்டி முடிக்கப்பட்டிருக்கிறது.

மாசிலாமணி நாதர் கோயில் எனப்படும் இந்த புராதனமான கோயில் 1305ம் ஆண்டில் மாறவர்ம குலசேகர பாண்டியன் எனும் பாண்டியகுல மன்னரால் கட்டப்பட்டிருக்கிறது. அக்காலத்திய தமிழ் மண்ணின் கோயிற்கலை மரபின் உன்னதமான சான்றாய் இக்கோயில் காலத்தே நீடித்து கடலை நோக்கியவாறு வீற்றிருக்கிறது.

பூம்புகார் நகரை ஒட்டியே தரங்கம்பாடி எனும் மற்றொரு ஊரில் இந்தக் கோயில் உள்ளது. திருக்கடையூர், தில்லையாடி வழியாக பூம்புகார் செல்வதற்கு முன்னரோ அல்லது திரும்பும் வழியிலோ இக்கோயிலைத் தரிசிக்கலாம். இக்கோயிலின் முன்புற அமைப்பின் பெரும்பகுதி அலைகளால் சேதப்படுத்தப்பட்டுவிட்டாலும் இதன் பழமையை இன்றும் நாம் கண்டு ரசிக்கலாம்.

சிலப்பதிகார கலைக்கூடம் 7 அடுக்குகளைக் கொண்ட கோபுர அமைப்புடன் கலைநயத்துடன் உருவாக்கப்பட்டிருக்கும் இந்தச் சிலப்பதிகாரக் கலைக்கூடம் மற்றும் அருங்காட்சியக வளாகம் பூம்புகார் சுற்றுலாத்தலத்தில் பிரதான கவர்ச்சி அம்சமாக பயணிகளை ஈர்க்கிறது. தமிழின் முக்கியமான பெருங்காப்பியமான சிலப்பதிகாரத்தைக் கௌரவிக்கும் வண்ணம் தமிழக அரசால் 1973ம் ஆண்டு இந்த அற்புதமான கலைக்கூடம் நந்தவனம் போன்ற வளாகத்தில் எழுப்பப்பட்டிருக்கிறது.

காப்பிய நாயகன், நாயகியான கோவலன் மற்றும் கண்ணகி சிலைகள் வளாகத்தின் வாசலிலேயே நம்மை வரவேற்கின்றன. கலைக்கூட மாளிகையின் கோபுர வடிவமைப்பு 50 அடி உயரம் கொண்டதாகக் காட்சியளிக்கிறது. 8 அடி உயரம் கொண்ட கலசங்களும் கோபுரத்தின் உச்சியில் அமைக்கப்பட்டுள்ளன. புடைப்புச் சிற்பங்கள் சிலப்பதிகாரக் காட்சிகள் இந்தக் கலைக்கூடத்தின் சுவர்களில் புடைப்புச்

சிற்பங்களாகப் பொதிக்கப்பட்டுள்ளன. இவை மாமல்லபுரம் சிற்பக்கல்லூரி மாணவர்களால் வடிக்கப்பட்டவையாகும். இருபுறமும் கண்ணகி மற்றும் மாதவி சிலைகள் வீற்றிருக்க சிலம்பு வடிவத்தில் அமைக்கப்பட்ட ஒரு தடாகம் ஒன்றும் இந்த வளாகத்தில் உள்ளது.

காவிரிபூம்பட்டினம், சங்க காலச் சோழர்களின் துறைமுகப் பட்டினமாகத் திகழ்ந்த பூமி. வங்கக் கடற்கரையில் வரலாறு படைத்த பகுதி, இன்று வெற்று பூமியாகத் திகழ்கிறது.

காவிரி:

கர்நாடக மாநிலத்தில் உற்பத்தி ஆகி தமிழகத்தின் கடற்கரைப் பகுதியில் கடலோடு சங்கமிக்கிறது. அப்படி கடலோடு காவிரி சங்கமிக்கும் இடம்தான் புகார். புகாருக்குள் காவிரி ஓடி, இறுதியில் கடலில் புகும் இடமாக இருந்ததால் இது காவிரிபுகும்பட்டினம், அதுவே இன்று காவிரிப்பூம்பட்டினம் (பூம்புகார்) என்று அழைக்கப்படுகிறது.

பண்டைய சோழர்களின் தலைநகராக விளங்கிய 'புகார்' எனப்படும் காவிரிப்பூம்பட்டினம் கி.பி.5 ஆம் நூற்றாண்டு வரை வெளிநாட்டு வர்த்தகத்தில் சிறந்து விளங்கியது. காவிரியாறு கடலில் கலக்கின்ற முகத்துவாரத்தில் அமைந்துள்ள இந்நகரினை 'சுவீரப்பட்டினம்' என பௌத்த நூல் ஒன்று குறிப்பிடுகின்றது. மேலும் இந்நகர் "காகந்தி" என்னும் பெயரில் வழங்கப்பட்டதாக ஆய்வாளர் சீனி. வேங்கடசாமி குறிப்பிடுவார்.

பட்டினப்பாலை சிறப்பித்துக் கூறும் காவிரிப்பூம் பட்டினத்தின் (பூம்புகார்) ஒரு பகுதியை கடல்கோளால் கடல் கொண்டது. தற்போது எஞ்சியுள்ள பகுதி சிறிதளவுதான் என்பது, அகழ்வாய்வுகள் மற்றும் மேற்பரப்பு ஆய்வுகள் நமக்குத் தெளிவுபடுத்துகின்றன.

தென்கிழக்கு ஆசிய நாடுகள் மற்றும் இலங்கை, பர்மா, சீனா, ரோம் போன்ற நாட்டு மக்கள் இங்கு வந்து தமிழக வணிகப் பெருமக்களுடன் பண்டமாற்றம் செய்ததை, தொல்லியல் அகழாய்வுச் சான்றுகள் வாயிலாகவும்,

சங்க இலக்கியங்களின் வழியாகவும் நாம் நன்கு அறிய முடிகிறது. தமிழகக் கடற்கரை துறைமுகப்பட்டினங்களில் புகாருக்குத்தான் தென்கிழக்கு ஆசிய நாட்டு மக்கள் அதிக அளவில் வந்து சென்றுள்ளனர் என்பதையும், இப்பகுதியில் பெரும் வணிகத்தலங்கள் இருந்ததையும் தொல்லியல் அகழாய்வுச் சான்றுகள்தான் நிரூபிக்கின்றன.

பொ. ஆ. மு. 2ம் நூற்றாண்டு முதல் பொ. ஆ. 5ம் நூற்றாண்டு வரை, தமிழகத் துறைமுகப் பகுதிகள் மிகவும் செல்வச் செழிப்புடன் இருந்துள்ளன. முசிறி, தொண்டி, காவிரிப்பூம்பட்டினம், வசவசமுத்திரம், பெரியபட்டினம், அழகன்குளம், கொற்கை, மரக்காணம், தேவிபட்டினம், நாகை போன்ற துறைமுகங்களை அதற்கு எடுத்துக்காட்டாகக் கூறலாம். இந்தப் பகுதிகளில் மேற்கொள்ளப்பட்ட அகழாய்வுகளில் இருந்து கிடைத்த தொல்லியல் சான்றுகளின் அடிப்படையில் இந்தக் கூற்று மெய்ப்பிக்கப்பட்டுள்ளது. தென்கிழக்கு ஆசியாவிலிருந்து வந்தவர்கள், இங்கேயே தங்கி தங்களது கலைத் திறமையையும், தொழில் வளத்தையும், வணிக வளத்தையும் உயர்த்தியதை அரிக்கமேடு, அழகன்குளம், காவிரிப்பூம்பட்டினம் போன்ற இடங்களில் காணலாம்.

சங்க இலக்கியங்களில், புகார், காவேரிபட்டினம், காகண்டி, சம்பாபதி, சோழப்பட்டினம், கபேரிஸ் எம்போரியம் என்று பல்வேறு பெயர்களில் காவிரிப்பூம்பட்டினம் அழைக்கப்பட்டுள்ளது. இவ்வூர், மருவூர்பாக்கம், பட்டினப்பாக்கம், அல்லங்காடி மற்றும் நாளங்காடி எனப் பெரும் பிரிவுகளையும் தன்னகத்தே கொண்டு திகழ்ந்துள்ளது.

பெரும் பிரிவுகளுடன் பல பூஞ்சோலைகளும், மன்றங்களும் இங்கு இருந்துள்ளன. இலவந்திச்சோலை, உய்யா வனம், கவேரா வனம், சம்பாபதி வனம், உவ வனம், வெள்ளிடை மன்றம், இளஞ்சி மன்றம், பாவை மன்றம், நெடுங்கல் மன்றம் மற்றும் தோரணவாயில் முத்துப்பந்தல் போன்ற பல பகுதிகள் கொண்ட ஒரு பெரிய நகரமாகத் திகழ்ந்த இவ்வூர், கடல் கொண்டதால் இப்போது சிறு கிராமமாகத் திகழ்கிறது.

காவிரிப்பூம்பட்டினத்தின் நகர அமைப்பு

காவிரிப்பூம்பட்டினம் 'மருகூர்ப்பாக்கம்', 'பட்டினப்பாக்கம்' என்னும் இரு பிரிவுகளைக் கொண்டிருந்தது. இப் பிரிவுகளுக்கு இடையில் அடர்த்தியான மரங்களைக் கொண்ட நிலப்பகுதி அமைந்திருந்தது. அங்கு பெரிய கடைத் தெருக்களும் இருந்தன. பட்டினப்பாக்கத்தில் அரசனின் அரண்மனையும், மக்களின் வசிப்பிடங்களும் வழிபாட்டிடங்களும் அமைந்திருந்தன.

மருகூர்ப்பாக்கத்தில் துறைமுகம், பண்டகச்சாலைகள், அயல்நாட்டு வணிகர்கள் தங்குமிடங்கள், பலவகைத் தொழில் புரிபவர்களின் இருப்பிடங்கள் முதலியன அமைந்திருந்தன.

பூம்புகார் கடற்கரைக்கு அருகில் அமைந்திருந்த பாக்கங்களில் வாழ்ந்த மக்கள் மிகுந்த செல்வந்தர்களாக இருந்தனர். அவர்களின் தொழில் உப்பு வணிகம்தான். பூம்புகார் பகுதியில் அமைந்திருந்த உப்பளங்கள் மூலமே அவர்கள் உப்பினை உற்பத்தி செய்தனர். அவர்கள் உள்நாட்டு உப்பு வணிகத்திற்கு காவிரி ஆற்று வழியில் படகுகளைச் செலுத்திச் சென்று வாணிபத்தில் ஈடுபட்டனர்.

பாக்கங்களில் தோட்டங்கள், பூஞ்சோலைகள் மற்றும் ஏரிகள் இருந்தன எனப் பட்டினப்பாலை குறிப்பிடுகின்றது. காவிரிப்பூம்பட்டினத்தில் எளியவர்களுக்கு உணவு அளிக்கும் 'அட்டிற் சாலை'கள் பல இருந்தன. பல மாட்டுத் தொழுவங்களும், சமண முனிவர்கள் தவம் செய்யும் பள்ளிகளும், பார்ப்பனர் வேள்வி செய்யும் சாலைகளும் இருந்தன. இவ்விடத்திற்கு அடுத்து காளிக் கோட்டமும் இருந்தது எனப் பட்டினப்பாலை ஆசிரியர் கடியலூர் உருத்திரங்கண்ணனார் விவரிக்கின்றார்.

காவிரிப்பூம்பட்டினத்தில் பரதவர்கள் வாழும் புறஞ் சேரிகள் இருந்தன. பரதவர்கள் அங்கு சுறாமீன் கொம்பினை நட்டு வழிபாடு செய்தனர். 'ஆவணவீதி' என்ற பகுதியில் பெருவாயில், சிறுவாயில் உடைய மாடங்களைக் கொண்ட வீடுகள் இருந்தன. கோயில் உணவுப்பொருட்கள், கல்வியில் சிறந்த அறிஞர்கள் வாதிடும் இடங்கள், கள் விற்கும் இடம்

என ஒவ்வொரு இடத்தினையும் தனித்து அடையாளம் காட்ட வேறு வேறு வண்ணத்தில் கொடிகள் கட்டப்பட்டிருந்த பகுதிகள் அங்கிருந்தன.

வணிகர்களுக்காகத் தனியாக இருந்த தெருக்களில் பல்வேறு பகுதிகளில் இருந்து வந்த பொருட்கள் குவிந்திருந்தன. உழவர்கள் தனியான இடத்தில் வாழ்ந்தனர். கடற்கரைப் பகுதியில் மீன் பிடிக்கும் பரதவர்கள் பலர் சிறு வீடுகளில் வாழ்ந்தனர். இவ்வாறாக பட்டினப்பாலையின் மூலம் அன்றைய காவிரிப்பூம்பட்டினத்தின் நில வரைப்படத்தைப் புரிந்து கொள்ளலாம்.

சேர நாடு, குடகு மலைப் பகுதி, தென்கடல், கீழ்கடல் முதலான பகுதிகளில் இருந்து பல்வேறு பொருட்கள் பூம்புகார் துறைமுகத்தில் ஏற்றுமதிக்காகக் காத்திருந்தன. மிளகு, சந்தனம், அகில், முத்து, பவளம் முதலியவை அவற்றில் அடங்கும்.

மேலும் சீனம், ஈழம் ஆகிய நாடுகளில் இருந்தும் பல பொருட்கள் காவிரிப்பூம்பட்டினத்தின் துறைமுகத்திற்கு வந்து இறங்கின என்பதன் மூலம் இப்பட்டினத்தின் உலக நாடுகளுடனான அதன் வர்த்தகத் தொடர்பு புலப்படும்.

காவிரிப்பூம்பட்டினமும், உறையூரும் கரிகாலனால் ஆட்சி செய்யப்பட்டதைப் பட்டினப்பாலை எடுத்துக்காட்டுகின்ற நிலையில், காடுகள் பலவற்றை அழித்தும், குளங்களை உருவாக்கியும், புதிய நிலப்பகுதிகள் மூலம் உறையூரை அவன் விரிவுபடுத்தினான் என்பதையும் குறிப்பிடுகிறது.

பிற்காலத்தில் உறையூர் தனியாகவும், காவிரிப்பூம்பட்டினம் தனியாகவும் ஆட்சி செய்யப்பட்டது கவனத்திற்குரியதாகும். காவிரிப்பூம்பட்டினத்தில் இருந்து தஞ்சை வழியாக உறையூருக்குச் சென்றால் 175 கி.மீ. தூரமும் காவிரி ஆற்றுப் பகுதி வழியாகச் சென்றால் 150 கி.மீ. தூரமும் இருக்கும். காவிரிப்பூம்பட்டினம் 1090 ஆண்டுகளுக்கு முன்பு சுமார் 30 மைல் பரப்புடைய பேரூராய் விளங்கியதெனச் சிலப்பதிகாரம் கூறும்.

கருவேந்தநாதபுரமும், கடாரங்கொண்டானும் இதன் மேற்கு எல்லையாகவும் திருக்கட்கூர் இதன் தெற்கு எல்லையாகவும் "கலிக்காமூர் (அன்னப்பன் பேட்டை) இதன் வடக்கு எல்லையாகவும் கடற்பகுதி கிழக்கு எல்லையாகவும் அமைந்திருந்தன என வரலாற்று ஆய்வாளர் சதாசிவ பண்டாரத்தார் குறிப்பிடுவார்.

மயிலை சீனி வேங்கடசாமி மாறுபட்டுக் கூறுவதைப் பார்ப்போம்! 'புகார்' நகரம் 40 சதுர மைல் சுற்றளவுள்ள பெரிய நகரம். இப்பட்டினம் நீண்ட சதுர வடிவத்திலிருந்தது என்பதை சிலப்பதிகாரத்தில் இடம் பெற்றுள்ள 5ஆம் காதையின் வழி அறியலாம்!

'பூம்புகார் நகரம் கிழக்கு மேற்காக நீண்டும் வடக்குத் தெற்காக அகன்றும் உள்ள நில அமைப்பை உடையது' என அவர் குறிப்பிடுகின்றார். மொத்தத்தில் காவிரிப்பூம்பட்டினம் மிகப்பெரிய நிலப்பரப்பாக அன்று இருந்துள்ளது என்பதையே இது காட்டுகின்றது.

அகழாய்வுச் சிறப்பு:

1960 ஆம் ஆண்டு எஸ்.பரமசிவன் என்பவர் இக்கடற்கரைப் பகுதியில் மேற்கொண்ட காந்த அளவியல் (magnetic survey) ஆய்வில் இங்குக் கட்டடப் பகுதிகள் புதையுண்டிருந்தமை கண்டுபிடிக்கப்பட்ட பின்பு இந்தியத் தொல்லியல் துறை 1962ஆம் ஆண்டு இக்கடற்கரைப் பகுதியில் மேற்கொண்ட மேற்பரப்பாய்வு மற்றும் அகழாய்வுகள் சிறப்புக்குரியதாகும் (Indian Archaeology-A Review, 1962-1967). மேற்பரப்பாய்வில் (exploration) வானகிரி, கீழையூர் ஆகிய இடங்களில் கருப்பு சிவப்பு மண்கலச் சில்லுகளுடன் ஒருபக்கம் புலி மறுபக்கம் யானை பொறிக்கப்பட்ட சோழர்காலச் செப்புக்காசு, யவனர் தொடர்புக்குரிய ரூலெட்டட் பானை ஓடுகள், அரிய கல்வகைகளினாலான மணிகள் (beads) மற்றும் வெள்ளையன் இருப்பு என்ற இடத்தில் ரோமானிய நாணயம் ஆகியன கண்டுபிடிக்கப்பட்டன.

அகழாய்வில் இத்துறைமுகத்தின் உலகளாவிய வரலாற்றுச் சிறப்புகளைக் காட்டும் பல அரிய கண்டுபிடிப்புகள் வெளிக்கொணரப்பட்டுள்ளன. கீழையூரில் பெரிய செங்கற்களால் உருவாக்கப்பட்ட சுவர்களுடன் கூடிய கட்டடப் பகுதியும் அச்சுவர்களின் மேல் மரத்தினாலான கம்பங்களும் (wooden - posts) கண்டுபிடிக்கப்பட்டன. இக்கட்டடப் பகுதி ஏற்றுமதி இறக்குமதிக்குப் பயன்படுத்தப்பட்ட துறைமுகப் பகுதியின் படகுத் துறையாக (wharf) அடையாளப்படுத்தப்பட்டுள்ளது. மரக்கம்பங்கள் துறைமுகத்தில் கப்பல்களைக் கட்டுவதற்காகப் பயன்படுத்தப்பட்டிருக்க வேண்டும். கரிப்பகுப்பாய்வு (Carnbon 14 Dating) காலக்கணிப்பு முறையில் இக்கம்பங்கள் கி.பி. 3ஆம் நூற்றாண்டினைச் சேர்ந்ததாகக் கணிக்கப்பட்டுள்ளமை இத்துறைமுகத்தின் தொன்மைக்கு அறிவியல் பூர்வமான சிறப்பைச் சேர்ப்பதோடு பட்டினப்பாலை காட்டும் இத்துறைமுகச் சிறப்பும் இதன் வழி மெய்ப்பிக்கப்படுகிறது. இக்கட்டுமானத்தில் பயன்படுத்தப்பட்டுள்ள செங்கற்களின் நீளம், அகலம், கனம் முறையே 60×40×7 செமீ அளவு கொண்டதாக மிகப்பெரிய செங்கற்களாகக் காணப்படுகின்றன.

வானகிரி பகுதியில் செங்கற்களால் அழகாக வடிவமைக்கப்பட்டுள்ள கி.பி. 2 ஆம் நூற்றாண்டைச் சார்ந்த நீர்த்தேக்கம் (water-reservoir) ஒன்றும் கண்டுபிடிக்கப்பட்டது. இந்நீர்த் தேக்கத்தில் காவிரியிலிருந்து நீரைக் கொண்டு வந்து தேக்கி வைத்துப் பின்னர் அதிலிருந்து நீரைப் பகிர்ந்தளிப்பதற்கு ஏதுவாக மிக நேர்த்தியான தொழில் நுட்பத்துடன் அமைக்கப்பட்டிருந்தது. இந்நீர்த் தேக்கத்தின் தொழில்நுட்பம் சங்ககாலத் தமிழர்களின் தொழில் நுட்பத் திறனுக்குச் சான்று பகர்வதாகும்.

காவிரிப்பூம்பட்டின அகழாய்வுக் கண்டுபிடிப்புகளில் மிக முக்கியமானதாகக் கருதப்படுவது மேலையூரில் பல்லவனீச்சுரம் என்னும் கோயிலுக்கு அருகில் கண்டுபிடிக்கப்பட்ட புத்தப் பள்ளி ஆகும். இப்பள்ளியில் 8

சதுரடி பரப்பளவு கொண்ட ஏழு அறைகள் காணப்பட்டன. இதன் சுவர்களில் சுதை உருவங்களும், ஓவியங்களும் வெளிக்கொணரப்பட்டன. இவ்வறைகளில் ஒன்றில் தியான நிலையில் புத்தரின் திருமேனி ஒன்றும், மற்றொரு அறையில் சலவைக் கல்லினாலான புத்தபாதம் ஒன்றும் கண்டுபிடிக்கப்பட்டுள்ளன. மேலையூர் மற்றும் வானகிரி பகுதிகளில் தொல்லியலாளர்கள் மேற்பரப்பாய்வின் போது கி.பி. 3 ஆம் நூற்றாண்டைச் சேர்ந்த புத்தமதம் சார்ந்த சுடுமண் பொம்மைகளைக் கண்டுபிடித்துள்ளனர் (தினமலர்: 6.8.1998 மற்றும் தினமணி : 16.8.98). அக்காலத்தில் புத்தமதச் செயல்பாடுகள் இப்பகுதியில் மிகவும் வலுவாக இருந்ததை மேற்சுட்டிய கண்டுபிடிப்புகள் காட்டுகின்றன.

தமிழக அரசு தொல்லியல் துறையினர் 1998 ஆம் ஆண்டு இங்கு மேற்கொண்ட அகழாய்வில் யவனருடன் தொடர்புடைய அம்பொரா மண்ஜாடிகளின் சில்லுகளும், பிராமி எழுத்தில் ‘அபிமகததோ’ எனப் பொறிக்கப்பட்ட மண்கலச் சில்லும் கிடைத்துள்ளன. மேற்சுட்டிய எழுத்துப்பொறிப்பு இலங்கையில் காணப்படும் பிராமி எழுத்துகளுடன் தொடர்புடையதாகக் கொள்ள இடமுண்டு.

பூம்புகார் பகுதியில் 1901ஆம் ஆண்டில் நடைபெற்ற அகழாய்வில் பல உறை கிணறுகள் கண்டுபிடிக்கப்பட்டன. மேலும் 1962-67, அடுத்து 1970-71, மற்றும் 72-73ஆம் ஆண்டுகளில் நடைபெற்ற அகழாய்வுகளில் மட்கல ஓடுகள், கட்டடப் பகுதியின் செங்கற்கள், அரிய கல்மணிகள், செப்பு நாணயங்கள், ரௌலட் மட்கல ஓடுகள், சுடுமண் பொம்மைகள் முதலானவை கிடைத்துள்ளன. இப்பகுதியில் 40க்கும் மேற்பட்ட தொன்மையான இடங்கள் உள்ளன என்பதை ஆய்வின் வழி அறிய முடிகின்றது.

கடல் கொண்ட பூம்புகாரைக் ‘கண்டுபிடிக்க’ இரண்டு கட்ட ஆய்வு நடத்தப்பட்டது. ஒன்று, நிலப்பரப்பில் அகழாய்வு; இரண்டாவது, நீர்ப்பரப்பில் (கடலில்) அகழாய்வு. அகழாய்வுக்கு மேற்பரப்பு ஆய்வு மிகவும் அவசியம். அதன்

படி, காவிரிப்பூம்பட்டினத்தை மையமாகக் கொண்ட மணிக்கிராமம், வானகிரி, சாய்காடு, கழுதைக்காரன் துறை, நெய்தவாசல், புதுப்பட்டினம், வெள்ளையன் இருப்பு, திருமுல்லைவாயில் ஆகிய பகுதிகளில் மத்தியத் தொல்லியல் துறை மேற்பரப்பு ஆய்வு செய்தது.

அதைத் தொடர்ந்து, முனைவர் கே.வி ராமன் மற்றும் முனைவர் எஸ்.ஆர். ராவ் இருவரும் இணைந்து பல்லவனீஸ்வரம் என்ற பகுதியில் முதன்முதலில் அகழாய்வு செய்தனர். அகழாய்வில், பௌத்த விகாரம் மற்றும் பௌத்த பாதம் வெளிக் கொணரப்பட்டது. கீழையூர் பகுதியில் மேற்கொள்ளப்பட்ட அகழாய்வில், படகுத் துறைமுகம் தென்பட்டது. பண்டைய புகார் துறைமுகப்பட்டினத்தை நமக்கு நினைவூட்டும் வகையில் கிடைத்த முதல் மற்றும் முக்கியமானச் சான்றுகள் இவை. மேற்குறித்த தொல்லியல் தடயங்களால், பூம்புகார் எனும் சங்க கால நகரம், கடல் கொள்ளப்பட்டது என்பது உறுதி செய்யப்பட்டது.

1981ம் ஆண்டு, முனைவர் எஸ்.ஆர். ராவ் மற்றும் முனைவர் இரா. நாகசாமி ஆகியோர் தலைமையில், தமிழ்நாடு அரசுத் தொல்லியல் துறையும் கோவாவில் உள்ள மைய அரசின் நிறுவனமான தேசியக் கடலாய்வு நிறுவனமும் (National Institute of Oceanography) இணைந்து, பல நுண்ணிய கருவிகளைக் கொண்டு கடல் மேற்பரப்பு ஆய்வு நடத்தப்பட்டது.

தமிழக அரசு தொல்லியல் துறை கோவா தேசியக் கடலாய்வு நிறுவனத்துடன் இணைந்து 1991 ஆம் ஆண்டு முனைவர் எஸ்.ஆர்.ராவ் தலைமையில் பூம்புகாரில் கடலகழாய்வினை நடத்தியது. இதில் 23 அடி ஆழத்தில் ஒரே சீரான வடிவமுள்ள பெரிய கற்களைக் கொண்டு அமைக்கப்பட்டிருந்த கட்டடப் பகுதி ஒன்று காணப்பட்டமை சிறப்புக்குரியது. இக்கட்டடம் சங்ககாலக் கட்டடமாக அடையாளப்படுத்தப்படுவதோடு அக்காலத்தில் கடலின் சீற்றத்தால் அழிக்கப்பட்டிருக்கவேண்டும் எனவும் கருதப்படுகிறது. காவிரிப்பூம்பட்டின நகரம் கடலின் சீற்றத்தால்

(கடல்கோளால்) அழிக்கப்பட்டத்தை மணிமேகலை குறிப்பிடுவதையும் இங்கு நோக்குதல் தகும்.

ஆழ்கடல் அகழாய்வில் மேற்பரப்பு ஆய்வின் பங்கு :

மேற்பரப்பு ஆய்வில் Side Scane Sonar, Side Scane Sonar Fish, Sensor, Echo Sounder, Protomagnetometer and Miniranger போன்ற கருவிகளைக் கொண்டு, கடலின் மேற்பரப்பில் ஆய்வு தொடங்கப்பட்டது. இந்த ஆய்வில், Side Scane Sonar என்ற மின்னணுக் கருவி மிகவும் முக்கியமானதாகும்.

ஆழ்கடல் ஆய்வு :

சக்தி வாய்ந்த பல நுண்ணிய கருவிகளைக் கொண்டு, வானகிரி முதல் புதுக்குப்பம் வரை கடல் மேற்பரப்பு ஆய்வு செய்யப்பட்டது. மூன்று இடங்களில், கட்டடப் பகுதிகள் போன்ற அமைப்பு இருப்பதை இவ்வாய்வுகள் மூலம் தெரிய வந்தது. கட்டடப் பகுதிகளின் நீளம் 40 மீ, அகலம் 25 மீ, தடிமன் 5 மீ எனக் குறிக்கப்பட்டு, இப்பகுதிகள் மேலும் ஆய்வுக்குரியவை எனத் தெரிவு செய்யப்பட்டன. இப்பகுதியில், கடலின் ஆழம் 24 மீட்டர் எனவும் குறிக்கப்பட்டது. அடுத்து, வானகிரி கடற்கரையிலிருந்து சுமார் 5 கி.மீ தொலைவில், 19 மீட்டர் ஆழத்தில் ஒரு கப்பலின் உடைந்த பகுதிகள் இருப்பது கண்டறியப்பட்டு பதிவு செய்யப்பட்டது.

கட்டடப் பகுதிகள் :

தற்போதுள்ள கண்ணகி சிலையிலிருந்து, அதாவது கடற்கரையிலிருந்து வட கிழக்கே சுமார் 5.5 கி.மீ. தொலைவில், ஆங்கில எழுத்து U போன்ற வடிவில் அமைந்த ஒரு கட்டடப் பகுதி, சுமார் 35 மீ நீளமும், 6 மீ உயரமும், 5 மீட்டர் தடிமனும் உள்ளதாகக் கண்டறியப்பட்டது. இதனை ஒட்டிய படி மற்றொரு கட்டடப் பகுதி சுமார் 20 மீட்டர் இடைவெளியில் காணப்பட்டதும் குறிக்கப்பட்டது. இந்த இரண்டு பகுதிகளும் இணையாகச் செல்வதை உணர முடிகிறது. இவற்றின் அமைப்பை நோக்கும் போது, இவை

ஒரு நீண்ட மதில் சுவராகவோ அல்லது கோயில் சுவராகவோ இருக்கலாம் என்று கருதப்படுகிறது. முழுமையான ஆய்வே அதன் உண்மை நிலையை வெளிப்படுத்தும். இதைத் தொடர்ந்து, ஆழ்கடல் அகழாய்வுப் பணியை மேற்கொள்வது என்ற முடிவு எடுக்கப்பட்டு, அதற்குரிய பணிகள் தொடங்கப்பட்டன.

ஆழ்கடல் அகழாய்வு :

ஆழ்கடல் அகழாய்வு என்பது நில அகழாய்வு போல் எளிதானது அல்ல. அதற்குத் தனிப் பயிற்சி தேவைப்படுகிறது. மேலும், நீர் அகழாய்வுப் பணிக்கு ஆய்வு நேரம் குறைவு. ஆனால், அப்பணிக்கு ஆயத்தமாவதற்கும் பிற பணிகளுக்கும் நிறைய நேரம் செலவிடப்படும். அதிகபட்சமாக, ஒரு மூழ்குநர் நீருக்கடியில் 30 நிமிடங்கள் மட்டுமே தங்கி ஆய்வுப் பணியை மேற்கொள்ள முடியும். எனவே, அனைத்து ஏற்பாடுகளையும் முன்னதாகவே முடித்து சரிபார்த்து, எல்லாம் தயார் என்ற நிலையில்தான் கடலுக்கடியில் ஆய்வுக்குச் செல்ல முடியும்.

நில அகழாய்வு என்பது, கண்களுக்குப் புலப்படும் பகுதிகளில் மேற்கொள்ளப்படும் ஆய்வு. கடலில் ஆய்வு செய்வது என்பது, நமது உடல் மனது அறிவு மூன்றும் ஒருங்கிணைந்து பணியாற்ற வேண்டியது அவசியம். மேலும், இயற்கையோடும், கடல் நீர் விலங்குகளோடும் போராடியபடிதான் இந்த ஆய்வை மேற்கொள்ள வேண்டும். அத்துடன், இந்த ஆய்வுக்கு மேலும் பல துறைகளின் ஒத்துழைப்பு தேவைப்படும், குறிப்பாக மீனவர்கள். இவர்கள் ஆய்வு நடைபெறும் பகுதியில் கட்டுமரத்திலோ அல்லது விசைப்படகிலோ சென்று மீன் பிடித்தல் கூடாது. எனவே, அவர்களது ஒத்துழைப்பு மிகவும் முக்கியம். அடுத்து, காவல் துறை, கடலோரக் காவல்படை, துறைமுகம், மீன்வளத் துறை போன்ற துறைகளுடன், குறிப்பிட்ட ஊரின் பஞ் சாயத்துத் தலைவர், மீனவ சமூகத் தலைவர் ஆகியோரின் ஒத்துழைப்பும் தேவைப்படும்.

காற்றின் அழுத்தம், கடலின் கொந்தளிப்புத் தன்மை (Water Current) ஆகியவை தினமும் கண்காணிக்கப்பட வேண்டும். இதைக் கண்காணிக்க கடலலைப் பட்டியல் (Tidal Chart) தேவை. அத்துடன், ஆழ்கடல் ஆய்வுக்கு இரண்டு கப்பல்கள் தேவைப்படும். ஒன்று கடல் ஆய்வுக்கும், மற்றொன்று நுண்ணிய கருவிகள் மற்றும் பிற உபகரணங்களை வைத்துக் கொள்வதற்கும் பயன்படுத்தப்படும்.

இரண்டு வகை மூழ்குநர்கள் :

நீருக்கடியில், இரண்டு வகைகளில் மூழ்குநர்கள் செயல்படுவார்கள். 1. Surface Supply Diving System, 2. Scuba Diving System. இதில், இரண்டாவது முறையில் மூழ்குநராகச் செயல்பட சிறந்த பயிற்சி பெற்றவர்களால் மட்டுமே முடியும். முதல் முறையில், கேபிள் இணைப்புடன் செயல்படும் மூழ்குநர், கேபிள் எந்த அளவு நீளம் உள்ளதோ அந்த அளவுக்குத்தான் ஆய்வு தூரத்தை வரையறுத்துக் கொள்ள முடியும். ஆனால் இரண்டாவது முறையில், மூழ்குநர் தனது விருப்பத்துக்கு ஏற்ப எங்கு வேண்டுமானாலும் ஆய்வை மேற்கொள்ள முடியும். சிலிண்டரில் உள்ள ஆக்ஸிஜன் அளவை மட்டுமே அவ்வப்போது சரிபார்த்துக் கொண்டால் போதும்.

ஆழ்கடலில் கட்டடப் பகுதியும் அகழாய்வும் :

ஆழ்கடலில் 69 அடி ஆழத்தில், அதாவது 24 மீட்டர் ஆழத்தில் ஒரு நீண்ட கட்டடப் பகுதி இருப்பதை முன்னரே குறிப்பிட்டோம். அந்தக் கட்டடப் பகுதியில் ஒரு அகழ்வுக்குழி அமைக்கப்பட்டு ஆய்வு தொடங்கியது. ஆய்வுப் பகுதியில் அதிக அளவில் மண் மற்றும் தூசுகள் படிந்து (Sediments and Debries) காணப்படுவதால், அவற்றை நன்கு சுத்தம் செய்த பிறகு, மூன்று முதல் நான்கு வரிசைகள் நன்கு தெளிவாக உணரப்பட்டன. இவை மனிதனால் கட்டப்பட்டவை (Manmade Structure) என்பதும் உறுதி செய்யப்பட்டது. கட்டடப் பகுதியிலிருந்து ஆய்வுக்காக ஒரு கல் மேலே கொண்டுவரப்பட்டது. இது, செம்புராங்கல் (Latrite Stone) வகையைச் சார்ந்தது.

தஞ்சை, திருச்சி ஆகிய பகுதிகளில் உள்ள கோயில்களின் மதில் சுவர்கள், பண்டைக் காலங்களில் செம்புராங் கற்களைப் பயன்படுத்தி கட்டப்பட்டுள்ளதை களஆய்வின் மூலம் உணர முடிந்தது. எனவே, இங்கு காணப்படுவதும் பழைய கட்டடத்தின் கற்களே என்றும், அதனுடன் கிடைத்த (Associate Findings) பிற தொல்பொருட்களான சங்க கால மட்கலன்களும் அதனை உறுதி செய்கின்றன. ஆக, கடலுக்கடியில் கட்டடப் பகுதிகள் காணப்படுகின்றன என்பது மறுக்க முடியாத உண்மையாகும். இவ்வாய்வு முழுவதும், நிழற்படங்களாகவும், வீடியோக்களாகவும் முறையாகப் பதிவு செய்யப்பட்டன.

கப்பலின் சிதைந்த பகுதி :

அடுத்து, வானகிரிப் பகுதியில் குறிக்கப்பட்ட சிதைந்த கப்பல் காணப்படும் பகுதியில் ஆய்வு மேற்கொள்ளப்பட்டது. இந்த ஆய்வில், கப்பல் ஒன்று இயற்கையாகவோ அல்லது எரிபொருள் தட்டுப்பாட்டினாலோ அல்லது எதிரிகளாலோ சிதைக்கப்பட்ட கப்பலின் பகுதி ஆங்காங்கே சிதறிக் கிடப்பதைக் கண்டறிந்து ஆய்வு செய்த போது, கப்பலின் பல பகுதிகளும், கப்பலில் இருந்த சில முக்கியமான பொருட்களும் கிடைத்தன.

மேலும், கப்பலின் உடைந்த மரப்பகுதிகள் மற்றும் Lead Ingots, Gun Powder Box போன்றவையும் கண்டறியப்பட்டன. இவை ஒவ்வொன்றும் 60 கிலோ எடை உள்ளவை. இவற்றின் அளவுகள் 90 x 12.5 செ.மீ. என்று பதிவு செய்யப்பட்டது.

நீள்செவ்வகம், அரை வட்ட வடிவ தலைப் பகுதியுடன் கொண்ட உருளை என பல வடிவங்களில் ஈயக்கட்டிகள் கிடைத்துள்ளன. இவற்றில் எழுத்துகள் பொறித்தவையும், கிரீடம் முத்திரை பதித்த ஒன்றும், இதயம் முத்திரை பதித்த ஒன்றும் காண முடிந்தது. மொத்தமாக 30க்கும் மேற்பட்ட ஈயக்கட்டி பார்கள் சேகரிக்கப்பட்டன. இவற்றில் W B 1792 என்றும் W:BLACKETT 1792 என்றும் எழுத்துப் பொறித்த ஈயக்கட்டி பார்களும் கிடைத்துள்ளன. இவை அனைத்தும்,

உடைந்த கப்பலில் இருந்து சிதறி விழுந்து, ஒரு தொகுப்பாக செருகி வைத்தது போல் கடலில் காணப்பட்டன.

ஆய்வு விவரங்கள் அனைத்தும், வரைபடம் வாயிலாக வரையப்பட்டன. பிறகு, ஆய்வில் சேகரிக்கப்பட்ட தொல்பொருட்களைக் கொண்டு ஆய்வு செய்யப்பட்டது. இங்கு சிதைந்து காணப்படும் கப்பல், தரங்கம்பாடிக்கு வந்த கப்பலாக இருக்க வேண்டும். டேனிஷ் அரசின் போர்க்கப்பலாகவும் அது இருக்கலாம். ஏனெனில், இந்த அளவுக்கு அதிகமான ஈயக்கட்டிகளை, குண்டுகள் தயாரிக்கவோ அல்லது வேறு ஏதோ வெடிப் பொருட்களைத் தயாரிக்கவோதான் அவற்றை இறக்குமதி செய்திருக்க வேண்டும். இது ஒரு போர்க்கப்பல் என்பதும், அது பதினெட்டாம் நூற்றாண்டைச் சார்ந்தது என்பதும் சான்றுகள் வாயிலாகத் தெள்ளத் தெளிவாக அறிந்துகொள்ள முடிகிறது.

நில அகழாய்வுகள் :

ஆழ்கடல் அகழாய்வுக்கு முதலில் உறுதுணையாக இருப்பது நில அகழாய்வுகளே. இதையடுத்து, தமிழ்நாடு அரசும், மைய அரசும், பூம்புகார் பகுதியில் மேற்கொண்ட நில அகழாய்வுகள் குறித்துப் பார்ப்போம்.

நில அகழாய்வில், கடற்கரையை ஒட்டிய பகுதியில் ஆய்வு மேற்கொள்ளப்பட்டது. தற்போதுள்ள சுற்றுலா விருந்தினர் மாளிகைக்கு அருகில் ஒரு ஆய்வுக்குழி அமைக்கப்பட்டது. அதில், 10 தளவரிசை அமைப்பில், ஒரு செங்கல் கட்டடப் பகுதி வெளிப்படுத்தப்பட்டது. இது, 3.25 மீ உயரம், 1.20 மீ அகலம் கொண்டதாக இருந்தது. பயன்படுத்தப்பட்டிருந்த செங்கற்களின் அளவுகள் 24 x 12 x 6 என்ற முறையில் குறிக்கப்பட்டது.

அடுத்து, மேலையூர் என்ற பகுதியில் மேற்கொண்ட அகழாய்வில், படகுத் துறையும், அதில் கட்டப்பட்ட மரக்கழியும் வெளிப்படுத்தப்பட்டன. இங்கு காணப்பட்ட செங்கற்கள் அளவில் மிகவும் பெரியவையாகவும், தூய

களிமண்ணால் செய்யப்பட்டவையாகவும் இருக்கின்றன. செங்கற்கள், 60 X 60 X 15 செ.மீ. என்ற அளவிலும் 60 X 60 X 12 செ.மீ என்ற அளவுகளிலும் இருந்தன. இவை, சங்க காலத்துக் கட்டுமானத்தைச் சார்ந்தது என்பதும், கண்டறியப்பட்டது. சங்க கால படகுத்துறை என்பதும் தெள்ளத்தெளிவாக அறிய முடிந்தது.

இந்த ஆய்வுகளும், ஆய்வுகளில் சேகரிக்கப்பட்ட மற்றும் வெளிப்படுத்தப்பட்ட அனைத்தும், காவிரிபூம்பட்டினத்தையும், சங்க காலத்தையும், சங்க காலச் சோழர்களின் துறைமுகப்பட்டினத்தையும் நம் கண்முன்னே கொண்டுவந்து நிறுத்துவதாக இருக்கின்றன. இப்பகுதிக் கடலில் இருந்து மீனவர்களால் எடுத்து வரப்பட்ட பௌத்தச் சிற்பமும் குறிப்பிடத்தக்க ஒன்று. இச்சிற்பமும் காலத்தால் பொ.ஆ.மு. முதல் மற்றும் இரண்டாம் நூற்றாண்டைச் சார்ந்தது என ஆய்வாளர்களால் குறிக்கப்பட்டுள்ளது. மேலும், நாகை மாவட்டம் முழுவதும் பௌத்தச் சிற்பங்கள் ஆங்காங்கே பரவலாகக் காணப்படுவதால், இப்பகுதியில் பௌத்தப் பள்ளிகள் இருந்துள்ளன என்பதும், கல்வெட்டுச் சான்றுகள் உள்ளதால் அதை இன்னும் உறுதிப்படுத்திக் கொள்ள முடிகிறது.

இந்தியத் தொல்லியல் பரப்பாய்வுத் துறை அகழாய்வு:

மைய அரசு சார்பில், K.V. ராமன் மற்றும் S.R. ராவ் தலைமையில் மேற்கொண்ட அகழாய்வில், பல்லவனீஸ்வரத்தில் பௌத்த விகாரமும், கீழையூர் அகழாய்வில் படகுத்துறையும் வெளிக்கொணரப்பட்டன. இதன் மூலம், காவிரிப்பூம்பட்டினம் கடல் கொண்டது என்பதும், தற்போது அகழாய்வில் வெளிப்படுத்தப்பட்டது எஞ்சியுள்ள நகரத்தின் எச்சங்களே என்பதும் உறுதியாகிறது.

பௌத்த விகாரக் கட்டடப் பகுதி காவிரிப்பூம்பட்டினம், பல்லவனீஸ்வரம்:

இந்த அகழாய்வுகளின் அடிப்படையாகக் கொண்டு, தமிழ்நாடு அரசும் ஆழ்கடல் அகழாய்வுப் பணியைத்

தொடங்கியது. அதன் மூலம், கடல் கொண்ட பூம்புகார் நகரம் இயற்கையின் சீற்றத்தால் நீருக்குள் மூழ்கடிக்கப்பட்டது என்ற உண்மையைத் தெளிவாகத் தெரிந்து கொள்ள முடிகிறது. சுமார் 2000 ஆண்டுகளுக்கு முன்பே தமிழகம் நாகரிகத்தில் சிறந்து விளங்கியது என்பதும், கடல் வாணிகத்தில் சிறப்பு பெற்றிருந்தது என்பதும் இலக்கியங்கள் உள்ளிட்ட பலவற்றாலும் மெய்ப்பிக்கப்பட்டுள்ளது. இது நம் தமிழர்கள் அனைவருக்கும் பெருமைதரக் கூடியது. கல்தோன்றி மண்தோன்றாக் காலத்தே முன்தோன்றிய மூத்த குடி நம் தமிழ்க்குடி என்பது அவ்வப்போது வெளிப்படுத்தப்படும் தொல்லியல் சான்றுகள் நிரூபித்துக்கொண்டே வருகின்றன.

சுமார் 2000 ஆண்டுகளுக்கு முன்னரே தமிழன் கடல் கடந்து வாணிகம் செய்தான் என்பதும், புகார் ஒரு பரந்துபட்ட வணிக நகரமாகத் திகழ்ந்தது என்பதும், அகழாய்வுகள் மூலம் வெளிப்படுத்தப்பட்டுள்ளது.

காவிரிப்பூம்பட்டினப் பகுதியில் அமைந்துள்ள வானகிரி, நெய்தவாசல் முதலான இடங்களில் அகழாய்வுகள் பல நடந்துள்ளன. மேலும் பூம்புகார் கீழையூரில் நடத்தப்பட்ட அகழாய்வில் செங்கற்களால் கட்டப்பட்ட மேடையும், அதனருகில் ஒரு மூலையில் பாழடைந்த 2 மரத்தூண்களும் கண்டுபிடிக்கப்பட்டன. இது படகுகள் வந்து நங்கூரம் இட்டுப் பொருட்களை ஏற்றவும், இறக்கவும் பயன்படுத்தப்பட்ட படகுத்துறை என ஆய்வில் கண்டறியப்பட்டது.

கடலிலிருந்து ஒரு சிறு கால்வாய் மூலம் இப்பகுதி கடலுடன் இணைக்கப்பட்டு உள்ளது. சிறிய படகுகள் கால்வாய் வழியாகச் சென்று நகரில் பொருட்களை ஏற்றிச் செல்ல இந்த மேடைப்பகுதி பயன்படுத்தப்பட்டிருக்கலாம் என்பது ஆய்வின் வழி அறியப்பட்டது.

மேலும், இங்கு கிடைக்கப்பெற்ற மரத்தூணின் காலம் கார்பன் சோதனையின் மூலம் கி.மு. 315 எனக் கண்டுபிடிக்கப்பட்டது. இதனை மேலும் உறுதிப்படுத்தும் விதமாக "பட்டினப்பாலை' கூறுவதைப் பார்ப்போம்.

உப்பிற்குப் பதில் நெல்லைப் பெற்று அதனை ஏற்றிக்கொண்டு வந்த வலிமையான படகுகள் லாயத்தில் கட்டப்பட்டு நிற்கின்ற குதிரைகளைப் போல கரையிடத்தில் உள்ள மரங்களில் கட்டப்பட்டிருக்கும்! அவ்விடத்தில் உப்பங்கழி இருந்தது எனப் பட்டினப்பாலை கூறுகிறது.

அதாவது, கீழையூரில் கிடைத்த மரத்தூண்களுடன், பட்டினப்பாலை குறிப்பிடும் படகுகள் கட்டப்பட்டிருந்த மரத்தூண்களை ஒப்பிட்டுப் பார்த்தால் உண்மை புலப்படும். இதன் மூலம் பட்டினப்பாலை இலக்கியம் எழுதப்பட்ட காலம் ஏறக்குறைய கி.மு. *315* காலகட்டமோ அதற்கு முன்போ அல்லது அதற்குச் சற்று பிந்தைய காலமாகவோதான் இருக்க வேண்டும் என்னும் முடிவுக்கு வரலாம். இப்படி சங்க இலக்கியமும் தொல்லியல் ஆய்வு முடிவுகளும் சரியாக ஒத்துப் போகின்றன. நம் பழந்தமிழர் பெருமையை எடுத்துக் கூறும் புலவர்கள் பொய் உரைத்ததில்லை என்பதை தொல்லியல் அகழாய்வுகள் தெளிவுபடுத்துகின்றன.

❖❖❖

10. சிந்துவெளி : தமிழர் நாகரிகமே!

சிந்துவெளி நாகரிகம் தமிழரின்/ திராவிடரின் நாகரிகம் என்பதை ஆய்வுகள் பல வெளிப்படுத்தி வருகின்றன.

நான்கு வேதங்களின் அடிப்படையில் உருவாக்கப்பட்ட ஒன்றுதான் சிந்துவெளி நாகரிகம் என்றும் அது ஆரியர்களுடையது என்றும் கருதுவோர் பலர் உள்ளனர். ஆனால் சிந்துவெளி நாகரிகம் பற்றிய சர். ஜான் மார்ஷல் செய்த ஆராய்ச்சிக் கருத்துகள் இதற்கு முரணாக உள்ளது.

சிந்துவெளி நாகரிகம் பற்றி அவர் கூறுவன:

1. ஆரியர் நகர வாழ்க்கை குறித்து அறியாதவர்கள். இதற்கு மாறாக மொஹன்சதாரோ ஹரப்பாவில் உள்ள மக்கள் நகர வாழ்க்கையில் இருந்தனர். நன்கு வசதி பெற்ற செங்கல் வீடுகள் கட்டினர். கிணறு, குளியலறை, கழிவு நீர் வடிகால் உள்ள வீடுகளால் அவர்கள் நகரம் நிறைந்திருந்தது.

2. ரிக் வேதத்தில் இரும்பு பயன்பாட்டில் இருந்தமை அறியப்படுகிறது. சிந்துவெளியில் வெள்ளி உபயோகத்தில் இருந்தது. கற்களால் செய்யப்பட்ட பாத்திரங்கள் பயன்பாட்டில் இருந்தன. ஆனால் இரும்பு பயன்பாட்டில் இல்லை.

3. வேதங்கள் மூலம் வில், அம்பு, கோடாரி, ஈட்டி போன்ற ஆயுதங்களும் தலைக் கவசங்களும் பயன்பாட்டில் இருந்தமை அறியப்படுகிறது. சிந்துசமவெளியில் ஆயுதங்கள் இருந்தன. ஆனால் தற்காப்புக் கருவிகள் காணப்படவில்லை.

4. மீன் பற்றி வேதங்களில் அதிக அளவில் குறிப்பிடப்படவில்லை. சிந்து சமவெளியில் மீன் அதிக அளவில் உள்ளது.

5. வேதங்களில் குதிரைகள் பயன்பாட்டில் இருந்தமை சுட்டப்பட்டுள்ளது; சிந்துசமவெளியில் குதிரை பற்றிய ஆதாரம் கிடைக்கவில்லை.

6. வேதத்தில் பசுவிற்கு மிகுந்த முக்கியத்துவம் கொடுக்கப் பட்டது; பசுவிற்கு, சிந்துசமவெளியில் முக்கியத்துவம் கொடுக்கப்படவில்லை; எருது முக்கிய இடம் பெற்றது.

7. வேதத்தில் புலி பற்றிச் சொல்லப்படவில்லை; யானை பற்றி மிகச் சிறிதளவே சொல்லப்பட்டுள்ளது. சிந்துவெளியில் இவை இரண்டும் அதிக முக்கியத்துவம் பெற்றுள்ளன.

8. சிந்துவெளி கடவுளர் கொம்புகளுடன் காட்டப் பட்டுள்ளனர்; ஆனால் வேதங்களில் அப்படிக் காணப்படவில்லை. (Sir John Marshall. Mohenjo-daro and the Indus Civilization.Vol.I. 1973. Pp.109- 112. Mr. I. Mahadevan. Indian Express. August 1994.)

9. சிந்துவெளியில் சிவலிங்கங்கள் கண்டெடுக்கப் பட்டுள்ளன. ஆனால் அவை வேதங்களில் இழிவாகச் சொல்லப்படுகின்றன.

10. சிந்துவெளியில் காணப்படும் களிமண் முத்திரையில் உள்ள வண்டிகளில் ஆரங்களுடன் கூடிய சக்கரங்கள் காணப்படவில்லை. ஆனால் வேதங்களில் குறிப்பிடப்படும் இரதங்களின் சக்கரங்கள் ஆரங்களுடன் உள்ளன. (Mr. I. Mahadevan. 'Review - An Encyclopaedia of the Indus Script' by Asco Parpola. Internation Journal of Dravidian linguistics. Vol.XXVI number 1. January 1997. P.110)

11. சிந்துவெளியில் சுவத்திக் (Swastik) அடையாளம் அதிக எண்ணிக்கையில் காணப்படுகின்றது. ஆனால் வேதங்களில் அதைப் பற்றிய குறிப்புகள் கூட காணப்படவில்லை.

12. சிந்துவெளியில் கடவுளைப் பெண்ணுருவில் கண்டு மிகவும் சிறப்பித்துள்ளனர். ஆனால் வேதங்களில் பெண்கள் மிகவும் குறைவான இடத்தையே பெற்றுள்ளனர்.

'சிந்துவெளி நாகரிகத்தை ஆராய்ச்சி செய்த மார்ஷல், ஹீராஸ், கபில்சுவலபில் மற்றும் இரஷ்ஷிய, பின்லாந்து, அமெரிக்க அறிஞர்கள் பலர் இது 'திராவிட நாகரிகம்' எனக் கூறியுள்ளனர்.

கணிப்பொறி ஆய்வு (Computer analysis) சிந்துவெளி மொழி அமைப்பு திராவிட மொழி அமைப்பே என்பதை உறுதிபடுத்தியுள்ளது என்கிறார் ஐராவதம் மகாதேவன். (Indian Express - Madras - 5 August 1994).

சிந்துவெளி மொழி குறித்து ஆழ்ந்து ஆய்வு செய்த அறிஞர் அஸ்கோ பர்ப்போலா இது திராவிட மொழி என்று விளக்குவது குறிப்பிடற்குரியது.

அண்மைக் காலங்களில் டாக்டர் ஆர். மதிவாணன் திரு. பூரணச்சந்திர ஜீவா ஆகியோர் சிந்துவெளி எழுத்துகள் தமிழே என்ற தம் ஆய்வு முடிவைத் தெரிவித்துள்ளனர்.

சிந்துவெளி நாகரிகம் திராவிடரின் நாகரிகம் என்று கூறும் ஐராவதம் மகாதேவன், சிந்துவெளியின் காலம் 'ரேடியோ கார்பன் ஆய்வுப்படி' (Radio carbon dating) கி.மு. 7000க்கு முற்பட்டது எனக் கூறியுள்ளார். (Indian Express - Madras - 5 August 1994) Fr. qó£v 'Studies in Proto - Indo - Mediterranean Culture' எனும் புத்தகத்தில் சிந்துவெளி திராவிட நாகரிகத்திற்கும் சுமேரிய, எகிப்திய நாகரிகங்களுக்கும் இடையேயுள்ள தொடர்புகளை விளக்கிச் செல்கிறார். சிந்துவெளிக்கும் சங்க இலக்கியத் தமிழருக்கும் உள்ள உறவை அவர் எடுத்துக்காட்டியிருப்பது குறிப்பிடற்குரியது. (Rev. Fr. Heras. Studies in Proto Indo Mediterranean Culture. Vol-I. Indian Historical Research Institute. Bombay. 1953). 1953இல் வெளியிடப்பட்டுள்ள அவருடைய Studies in Proto Indo Mediterranean Culture' எனும் இந்த நூலுக்குப் பின்

சிந்துவெளி ஆராய்ச்சியில் ஈடுபட்டுள்ள அறிஞர்கள் பலரும் சிந்துவெளிக்கும் பழந் தமிழருக்கும் உள்ள நெருக்கமான தொடர்புகளைப் பல கோணங்களிலும் எடுத்துக்காட்டி வருகின்றனர்.

தமிழர்கள் உலகில் எங்கு சென்றாலும் தம்முடைய தொன்மையான வாழ்விடமான பழந்தமிழக ஊர்ப் பெயர்களையும் தமிழ்ச் சொற்களையும் வழிபாட்டையும், ஆன்மீகக் கருத்துகளையும் எடுத்துச் சென்று கொண்டேதான் இருக்கின்றனர் என்பதை அவர்கள் பரவியுள்ள நாடுகளிலும் இடங்களிலும் உள்ள பெயர்களும் சொற்களும் வெளிப்படுத்துவதை, 'பெயராய்வுகள்' வெளிப்படுத்துகின்றன.

சிந்துவெளி மக்கள் வடக்கிலிருந்து தெற்கு நோக்கி வந்துள்ளனர் எனும் கருத்து அறிஞர்கள் பலராலும் கூறப்பட்டு வருகின்றபோதிலும் பூம்புகார் குறித்த ஆய்வு தமிழர்கள் வடக்கிலிருந்து தெற்கு நோக்கி வரவில்லை. தெற்கிலிருந்து வடக்கு நோக்கிச் சென்றுள்ளனர் என்பதை எடுத்துக்காட்டுவதாய் அமைந்துள்ளது.

தமிழர்கள் வடக்கிலிருந்து தெற்கு நோக்கி வரவில்லை. தெற்கிலிருந்து வடக்கு நோக்கிச் சென்றுள்ளனர் என்பதை எடுத்துக்காட்டுவதாய் அமைந்துள்ள பூம்புகார் ஆய்வுகள் குறித்து 'குமரிக்கண்டம்' என்னும் தம் நூலில் வெளியிட்டுள்ள ஆசிரியர் ம.சோ.விக்டர் அவர்களின் நூலிலிருந்து சில பகுதிகள் வருமாறு:

அண்மையில் பூம்புகார் கடற்பகுதியில் அகழாய்வு மேற்கொண்ட (2000) கிரஹாம் ஹான்காக் என்ற இங்கிலாந்து நாட்டு ஆழ்கடல் ஆய்வாளர் தனது முறையான ஆய்வுகளுக்குப் பிறகு அதிர்ச்சி தரும் செய்திகளை வெளியிட்டார்.

18-12-2002 நாளன்று தினமலர் நாளேடு வெளியிட்ட செய்தி.

நாகை மாவட்டம் பூம்புகார் அருகே சுமார் 11 ஆயிரம் ஆண்டுகளுக்கு முன்பு கடலில் மூழ்கிய ஒரு பிரமாண்ட

நகரம் தான் உலகில் முதன்முதலில் தோன்றிய நவீன நகர நாகரிகமாக இருக்கக்கூடும் என்று இங்கிலாந்தைச் சார்ந்த ஆழ்கடல் ஆராய்ச்சியாளர் கிரஹாம் ஹான் காக் என்பவர் கண்டறிந்துள்ளார்.

இவர் கடந்த 2001 ஆம் ஆண்டு, பூம்புகார் கடற்பகுதியில் மேற்கண்ட தீவிர ஆழ்கடல் ஆராய்ச்சியின் மூலம் இந்த உண்மையைக் கண்டறிந்துள்ளார். இந்த ஆராய்ச்சிக்குத் தற்போதைய வரலாற்று ஆய்வாளர்களின் கருத்தான 'மெசபடோமியா' (தற்போதைய ஈராக்) பகுதியில் சுமேரியர்களால் சுமார் 5 ஆயிரம் ஆண்டுகளுக்கு முன்பு நகர நாகரிகம் தோற்றுவிக்கப்பட்டது என்பது தவறானது எனத் தெரிவிக்கிறது.

கிரஹாம் ஹான் காக் என்பவர் இங்கிலாந்தைச் சேர்ந்த உலகப் புகழ்பெற்ற ஆழ்கடல் ஆராய்ச்சியாளர். இவரது பல கண்டுபிடிப்புகள் வரலாற்று உலகில் பெரும் பரபரப்பை ஏற்படுத்தியவை. இந்திய அரசின் கட்டுப்பாட்டில் கோவாவில் அமைந்துள்ளது 'தேசிய ஆழ்கடல் ஆராய்ச்சிக் கழகம்' என்ற நிறுவனம். கடந்த 1990ஆம் ஆண்டு வாக்கில் வரலாற்றுப் புகழ் பெற்ற பூம்புகார் நகர கடற்பகுதியில் ஒரு ஆய்வினை மேற்கொண்டது.

இந்த ஆய்வுகள் 1993ஆம் ஆண்டுவரை தொடர்ந்து நடைபெற்றன. இந்த ஆய்வின் போது, பூம்புகார் கடற்பகுதியிலிருந்து சுமார் 3 கி.மீ. தொலைவிற்குள் பல வட்ட வடிவமான கிணறுகள் இருப்பது கண்டு பிடிக்கப்பட்டது. இந்தக் கிணறுகள் பூம்புகார் முதல் தரங்கம்பாடி வரையிலான கடற்பகுதியில் பரவியிருப்பது கண்டறியப்பட்டது. இது தவிர சங்க காலத்தைச் சார்ந்தது எனக் கருதப்படும் சுட்ட செங்கற்களால் ஆன "ட" வடிவ கட்டடம் ஒன்றும் கண்டறியப்பட்டது.

இத்துடன் நீரில் சுமார் 25 அடி ஆழத்தில் குதிரை குளம்பு வடிவில் 85 அடி நீளமும், 2 மீட்டர் உயரமும் கொண்ட பல பொருட்கள் கண்டறியப்பட்டன. இவை அனைத்தும் பூம்புகார் கடற்பகுதியில் ஒரு பெரிய நகரம்

மூழ்கியிருக்கக்கூடும் என்பதை உறுதிப்படுத்தும் விதத்தில் அமைந்திருந்த போதிலும் தேசிய ஆழ்கடல் ஆராய்ச்சிக் கழகம் தன்னுடைய ஆய்வினை நிதிப் பற்றாக்குறை காரணமாக பாதியில் நிறுத்திவிட்டது.

இந்நிலையில் கடந்த 2000ஆம் ஆண்டு இந்தியாவிற்கு வந்த கிரஹாம் ஹான் காக் தேசிய ஆழ்கடல் ஆராய்ச்சிக் கழகத்தினரிடம் பூம்புகார் பற்றிய விவரங்களைக் கேட்டறிந்தார். நிதிப் பற்றாக்குறை காரணமாக ஆராய்ச்சி பாதியில் நிறுத்தப்பட்டது என்பதை அறிந்த அவர், இங்கிலாந்தைச் சார்ந்த 'சானல் 4' என்ற பிரபல தொலைக்காட்சி நிறுவனம் மற்றும் அமெரிக்காவைச் சார்ந்த 'லர்னிங் சானல்' என்ற தொலைக்காட்சி நிறுவனம் ஆகியவற்றின் நிதியுதவி மற்றும் இந்திய ஆழ்கடல் ஆராய்ச்சிக் கழகத்தின் ஒத்துழைப்புடன் 2001ஆம் ஆண்டு ஆராய்ச்சியைத் தொடர்ந்தார். இந்த ஆராய்ச்சிக்கு அதி நவீன 'சைடு ஸ்கேன் சோனார்' என்ற கருவி பயன்படுத்தப்பட்டது. இந்தக் கருவி பூம்புகார் கடற் பகுதியில் குறுக்கும் நெடுக்குமாக நீண்ட அகலமான தெருக்களுடன், உறுதியான கற்களால் கட்டப்பட்ட கட்டடங்களின் இடிபாடுகளுடன் கூடிய ஒரு பிரம்மாண்ட நகரம் மூழ்கியிருப்பதைத் துல்லியமாகக் காட்டியது. பின்னர் அக்காட்சிகளை, கிரஹாம் ஹான் காக் நவீன காமிராக்கள் மூலம் படம் எடுத்தார்.

இந்த மூழ்கிய நகரம் குறித்த தனது ஆராய்ச்சியைத் தொடர்ந்த ஹான்காக் இந்த நகரம் கடலில் சுமார் 75 அடி ஆழத்தில் புதையுண்டிருப்பதைக் கண்டறிந்தார். இன்றைக்கு சுமார் 17 ஆயிரம் ஆண்டுகளுக்கு முன்பு 'ஐஸ் ஏஜ்' எனப்படும் பனிக்கட்டி காலத்தின் இறுதி பகுதியில் தட்பவெப்ப மாறுதல்கள் காரணமாக, பனிப்பாறைகள் உருகியதன் விளைவாக பல நகரங்கள் கடலுள் மூழ்கியதாக வரலாறு தெரிவிக்கின்றது.

இத்தகைய பனிக்கட்டி உருகும்நிலை, சுமார் 7 ஆயிரம் ஆண்டுகாலம் தொடர்ந்ததாக வரலாறு தெரிவிக்கின்றது. பூம்புகார் அருகில் இருந்த இந்நகரம், சுமார் 75 அடி ஆழம்

புதையுண்டு கிடப்பதைப் பார்க்கும்போது, இந்த நகரம் சுமார் 11 ஆயிரம் ஆண்டுகளுக்கு முன்பு மூழ்கியிருக்கக் கூடும் என்று ஹான்காக் கருதினார். தனது ஆராய்ச்சியைப் பற்றிய விபரங்களை அவர் இங்கிலாந்து நாட்டு மில்னே என்பவரிடம் தெரிவித்தார். அதன்மீது ஆராய்ச்சி மேற்கொண்ட கிலன்மில்னே, ஹான் காக்கின் கருத்து சரிதான் என உறுதிப்படுத்தினார்.

சுமார் 11 ஆயிரம் ஆண்டுகளுக்கு முன்பு கடல்மட்டம் 75 அடி உயர்ந்திருக்கக் கூடும் என்றும். அதனை வைத்துப் பார்க்கும்போது இந்த நகரம் 11 ஆயிரத்து 500 ஆண்டுகால பழமை வாய்ந்தது என்ற முடிவினையும் அறிவித்தார்.

மேலும் பூம்புகார் நகர நாகரிகம் ஹரப்பா, மொகஞ் சதாரோ ஆகிய நாகரிகங்களை விட மிகவும் மேம்பட்ட ஒன்று என்றும் கிரஹாம் ஹாக் தெரிவிக்கின்றார். பூம்புகாரில் இவர் மேற்கொண்ட ஆராய்ச்சியின் படங்கள், இங்கிலாந்து மற்றும் அமெரிக்காவில் 'அண்டர்வேர்ல்ட்' என்ற தலைப்பில் தொலைக்காட்சித் தொடராக ஒளிபரப்பப்பட்டது. இந்தத் தொலைக்காட்சித் தொடர், உலக வரலாற்று ஆராய்ச்சியாளர்களை ஆச்சரியத்தில் ஆழ்த்தியுள்ளது. இந்தப் படங்களை பெங்களூரில் நடந்த கண்காட்சி ஒன்றில் கிரஹாம் ஹான்காக் வெளியிட்டார்.

மேலைநாட்டு வரலாற்று மற்றும் கடல் ஆராய்ச்சியாளர்களின் கவனம் பூம்புகாரின் பக்கம் திரும்பியுள்ள போது இந்திய ஆராய்ச்சியாளர்கள் மட்டும் பூம்புகார் பற்றித் தெரிந்து கொள்ள எந்த விருப்பமும் கொள்ளவில்லை என்பது வருத்தத்துக்குரிய உண்மை. மூழ்கிப் போனது பூம்புகார் நகரம் மட்டுமல்ல. தற்போது இருக்கும் வரலாற்றுப் புகழ்பெற்ற பூம்புகார் நகரமும் அரசால் அலட்சியப்படுத்தப்பட்ட நிலையில்தான் உள்ளது. சோழ மன்னர்களின் ஆட்சிக் காலத்தில் புகழ்பெற்ற துறைமுக நகரமாக விளங்கிய பூம்புகார் பண்டைக் காலத் தமிழ் இலக்கியங்கள் பலவற்றாலும் போற்றப்பட்டுள்ளது.

சிலப்பதிகாரத்தில் கூறப்பட்டுள்ள நிகழ்வுகள் நடைபெற்றதாகக் கருதப்படும் பூம்புகார் பற்றி கோயில் கல்வெட்டுகள் பலவும் செய்திகள் தெரிவிக்கின்றன.

சிந்துசமவெளி நாகரிகமும் சங்கத் தமிழ் இலக்கியமும்

உலகத் தமிழாராய்ச்சி நிறுவனத்தில் பாலகிருஷ்ணன் (முன்னாள் ஒரிசா மாவட்ட ஆட்சியர்) அவர்கள் 'சிந்துசமவெளி நாகரிகமும் சங்கத் தமிழ் இலக்கியமும்' எனும் தலைப்பில் அளித்த ஆய்வுக் கட்டுரையிலிருந்து சில பகுதிகள் வருமாறு:

1. சிந்துவெளி மற்றும் ஹரப்பாவில் 'கொற்கை, வஞ்சி, தொண்டி வளாகம்'

புலப் பெயர்வுகளும் ஊர்ப் பெயர்களும்

'நாகரிகங்கள் தோன்றுவதற்கு முன்பே தோன்றிவிட்ட ஊர்ப் பெயர்கள், அந்நாகரிகங்கள் பல்வேறு காரணங்களால் நலிவடைந்து வீழ்ந்த பின்னும் பிழைத்திருக்கின்றன. காலப் போக்கில் மொழி மாற்றங்கள், புலப் பெயர்வுகள், புதிய மக்களின் குடியேற்றங்கள் என்று எத்தனை நிகழ்வுகள் நிகழ்ந்தாலும் அவற்றையும் மீறி தொன்மக் காலங்களின் உறைந்த தடயங்களாய் உயிர்த்திருக்கும் சாகாத் தன்மை ஊர்ப் பெயர்களுக்கு உண்டு. அந்த வகையில், ஊர்ப் பெயர்கள் பழங்காலப் புலப் பெயர்வுகளின் நம்பிக்கைக்குரிய தடயங்களாய் விளங்குகின்றன.

சிந்துவெளி நாகரிகம் குறித்த திராவிடக் கருதுகோளுக்கு வலுசேர்க்கும் முயற்சியில் ஊர்ப் பெயர்ச் சான்றுகளை அல்ச்சின்ஸ், ஸங்காலியா, பர்ப்போலா, ஐராவதம் மகாதேவன் மற்றும் எப்.சி. சவுத் வொர்த் போன்ற ஆய்வறிஞர்கள் பயன்படுத்தியுள்ளனர். ஹரப்பாவின் மொழியைக் கண்டறிய ஹரப்பா இடப் பெயர்கள் பெரிதும் உதவக்கூடும் என்று நம்புகிறார் பர்ப்போலா. சிந்துவெளி மக்கள் எழுதிவைத்துச் சென்றுள்ள தொடர்களின் தொடக்கச் சொற்களில் ஊர்ப் பெயர்கள் இடம் பெற்றிருக்கக்கூடும் என்று கருதுகிறார் ஐராவதம் மகாதேவன்.

புலம் பெயர்ந்து செல்லும் மக்கள் புதிய ஊர்களுக்குத் தங்களது பழைய ஊர்களின் பெயர்களை மீண்டும் பயன்படுத்துவது உலகின் பல பகுதிகளிலும் நிகழ்ந்திருக்கிற நிகழ்கிற நடைமுறையாகும். இதற்குச் சமூக உளவியல் சார்ந்த அடிப்படைக் காரணம் உண்டு.

சிந்துவெளி மக்கள் திராவிடர்கள் என்பது உண்மையானால் அவர்களில் ஒரு பகுதியினர் புலம் பெயர்ந்து சென்றபோது விட்டுச்சென்ற பழைய பெயர்கள் சிந்துவெளிப் பகுதியிலேயே இன்னும் உறைந்திருக்க வேண்டும். அதைப் போலவே புலம் பெயர்ந்து சென்றவர்கள் எடுத்துச் சென்றிருக்கக்கூடிய சிந்துவெளிப் பெயர்கள் அவர்களது புதிய தாயகங்களில் பயன்படுத்தப்பட்டு அவ்விடங்களில் இன்றும் வழக்கில் இருக்க வேண்டும்.

எனவே சிந்துவெளி மக்களுக்கும் சங்கத் தமிழ் முன்னோடிகளுக்கும் தொன்மத் தொடர்புகள் இருந்திருக்கக் கூடும் என்ற வாதத்தை நிறுவ வேண்டும் என்றால் சங்க இலக்கியங்களில் குறிப்பிடப்பட்டுள்ள ஊர்ப் பெயர்களுக்கும் வடமேற்குப் புலங்களில் தற்போது வழங்கும் ஊர்ப் பெயர்களுக்கும் தொடர்பிருக்கிறதா என்று ஆராயவேண்டிய அவசியம் இருக்கிறது.

சிந்துவெளியில் சங்கத் தமிழரின் துறைமுகங்கள், தலைநகரங்கள் மற்றும் ஊர்களின் பெயர்கள்

பாகிஸ்தானிலுள்ள கொற்கை (Gorkai. Gorkhai), வஞ்சி (Vanji), தொண்டி(Tondi), மத்ரை (Matrai), உறை (Urai), கூடல் கட் (Kudal Garh) மற்றும் கோளி (Koli); ஆப்கானிஸ்தானிலுள்ள கொற்கை (Korkay. Gorkay). பூம்பகார் (Pumbakar) ஆகிய ஊர்ப் பெயர்கள் சங்க இலக்கியங்களில் குறிப்பிடப்பட்டுள்ள தலைநகரங்கள் மற்றும் துறைமுக நகரங்களின் பெயர்களான கொற்கை, வஞ்சி, தொண்டி, மதுரை, உறையூர், கூடல், கோழி, பூம்புகார் ஆகியவற்றை நினைவுபடுத்துகின்றன.

பழந்தமிழர்களின் முக்கியத் துறைமுகங்களான கொற்கை. தொண்டி மற்றும் பூம்புகாரையும், மதுரை, கூடல், வஞ்சி

போன்ற பெரு நகரங்களின் பெயர்களையும் நினைவுபடுத்தும் ஊர்ப் பெயர்கள் சிந்து, ஹரப்பா உள்ளிட்ட வடமேற்கு நிலப் பகுதிகளில் இன்றும் நிலைத்திருப்பதைப் புறக்கணிக்க முடியாது. கொற்கை, வஞ்சி, தொண்டி போன்ற பெயர்கள் பழந்தமிழர் பண்பாட்டின் முகவரிகள். சங்க இலக்கியங்கள் கொண்டாடிப் போற்றும் இப்பெயர்கள் வேதங்கள் மற்றும் வடமொழி இலக்கியங்கள் மற்றும் வட மரபுகள் எதிலும் பதிவு செய்யப்பட வில்லை. வரலாற்றுக் காலத்தில் இப் பெயர்ப்பெயர்வு நிகழ்ந்திருந்தால் அது தமிழ் மற்றும் வட மொழி இலக்கியங்கள் மற்றும் வரலாற்று ஆவணங்களில் பதிவாகியிருக்கும். எனவே. சிந்து வெளிக் கொற்கை, தொண்டி, வஞ்சி வளாகத்தை, பழந்தமிழ்த் தொன்மங்களோடு தொடர்புபடுத்துவதைத் தவிர்க்க இயலாது. இது சிந்துவெளி நாகரிகத்தின் பழந்தமிழ்த் தொடர்பிற்கு அரண் சேர்ப்பதோடு சங்க இலக்கியத்தின் சிந்துவெளித் தரவுத் தகுதிக்கு அடிக்கல்லும் நாட்டுகிறது. பாகிஸ்தானில் இன்றும் வழக்கிலுள்ள *அம்பர்* (Ambar), *தோட்டி* (Toti), *தோன்றி* (Tonri). *ஈழம்* (Illam), *கச்சி* (Kachi), *காக்கை* (Kakai), *கானம்* (Kanam), *களார்* (Kalar), *கொங்* (Kong), *நாலை* (Nalai), *நேரி* (Neri). ...ஆகிய ஊர்ப் பெயர்கள் சங்க இலக்கியத்தில் குறிப்பிடப்பட்டுள்ள ஊர்ப் பெயர்களான அம்பர், தோட்டி, ஈழம், கச்சி, காக்கை, கானம், கழாஅர், கொங்கு, நாலை, நேரி ஆகியவற்றை அப்படியே நினைவுக்குக் கொண்டு வருகின்றன.

நதிகள், மலைகளின் பெயர்கள்

நதிகளின் பெயர்கள் ஊர்ப் பெயர்களாகவும் வழங்குவது உலகமெங்கும் உள்ள நடைமுறை. ஆப்கனிஸ்தானிலுள்ள *காவ்ரி* (Kawri), *பொர்னை* (Porni) மற்றும் *பொருன்ஸ்* (Poruns); பாகிஸ்தானிலுள்ள *காவேரி வாலா* (Kaweri Wala), *பொர்னை* (Phornai), *புரோனை* (Puronai), *காரியாரோ* (Khariaro) ஆகிய பெயர்கள் சங்க இலக்கியங்களில் குறிப்பிடப்பட்டுள்ள காவேரி, பொருநை, காரியாறு ஆகிய நதிப் பெயர்களை நினைவுறுத்துகின்றன.

கொற்கை என்பது பாகிஸ்தானில் ஊர்ப் பெயராக மட்டுமின்றி ஒரு நதியின் பெயராகவும் விளங்குகிறது. சங்க காலத்துச் சமகால நதிகளின் பெயர்களை மட்டுமின்றி கடல் கோளில் காணாமல் போன தொன்ம நதியான பஃறுளியாற்றின் பெயரையும் வட மேற்கு மற்றும் மேற்கு இந்திய ஊர்ப்பெயர்களில் மீட்டுருவாக்கம் செய்யமுடிகிறது.

பொஃரு (Pohru) என்பது பாகிஸ்தானில் பாயும் சட்லெஜ் நதியின் கிளை நதியாகும். வட இந்தியாவில் இமயமலைப் பகுதியிலுள்ள உத்திராஞ்சல் மாநிலம் கடுவால் மாவட்டத்தில் 'பக்ரோலி' (Bakroli). என்ற ஊர்ப்பெயர் வழங்குகிறது. இதையொட்டியுள்ள ருத்திரப் ப்ரயாகை மாவட்டத்தில் 'குமரி' என்ற ஊர்ப்பெயர் வழங்குகிறது.

தமிழரின் வரலாற்றுக்கு முற்பட்ட தொன்மங்களோடு தொடர்புடைய பஃறுளியாற்றின் பெயரையும் குமரிக் கோட்டின் பெயரையும் ஒரு சேர நினவுறுத்தும் இப்பெயர்கள் அளிக்கும் வியப்பு உத்திரப்பிரதேசத்தில் பரெய்லி மாவட்டத்தில் உள்ள பஹ்ரொலி (Bahroli); குஜராத்தில் நான்கு இடங்களில் வழங்கும் பக்ரொல் (Bakrol) என்ற ஊர்ப் பெயர்களைக் கண்டு மேலும் அதிகமாகிறது.

இதைப் போலவே, ஆப்கனிஸ்தானிலுள்ள பொதினே (Podineh), பரம்பு டராஹெ (Parambu Darahe) மற்றும் ஆவி (Awi); பாகிஸ்தானிலுள்ள பொதியன் (Potiyan), பளனி (Palani), தோட்டி (Toti) ஆகிய பெயர்கள் சங்க இலக்கியங்கள் குறிப்பிடும் பொதினி, பழனி மற்றும் தோட்டி என்ற மலைப் பெயர்களை நினைவுறுத்துகின்றன. மேலும், பல பழந்தமிழ் ஊர்ப் பெயர்களை நினைவுறுத்தும் ஊர்ப் பெயர்களை தன்னகத்தே கொண்ட ஈரானில் வழங்கும் பொதிகே (Potikeh) பழந்தமிழ் மரபில் மிக முக்கிய இடம் வகிக்கும் பொதிகை மலையை நினைவுறுத்துகிறது.

இவ்வாறு ஆசிரியர் பாலகிருஷ்ணன் தமிழ்ப் பெயர்களையும் சொற்களையும் பல நாடுகளிலும் களப்பணி

மேற்கொண்டு ஆய்ந்து எடுத்துக்காட்டி வருவது ஆழ்ந்து நோக்கற்குரியது. ஆர்.பாலகிருஷ்ணன் ஐ.ஏ.எஸ். ஒரிசா மாநில ஐ.ஏ.எஸ். அதிகாரி ஆர்.பாலகிருஷ்ணன். கல்லூரியில் தமிழ் இலக்கியம் பயின்றவர். இவரது வீடு சென்னை பெருங்குடியில் இருக்கிறது. இடப் பெயர்களின் ஆய்வில் 20 ஆண்டுகளாக ஈடுபட்டிருக்கும் இவர், சிந்துவெளி ஆய்வு பற்றிய தன் கட்டுரையை முதலில் கோவையில் நடந்த செம்மொழி மாநாட்டில் ஐராவதம் மகாதேவன், அஸ்கோ பர்ப்போலா போன்ற அறிஞர்கள் முன்னிலையில் சமர்பித்தார். தனது ஆய்வுகளை முடிப்பதற்காக தன் அரசுப் பணிக்கு 2 ஆண்டுகள் விடுமுறை சொல்லிவிட்டு வந்திருக்கிறார்.

❖❖❖

11. தென்பெண்ணை ஆற்றங்கரை

2021 ஆம் ஆண்டு ஆகஸ்ட் மாதம் கடலூர் மாவட்டம் பண்ருட்டி அருகே எனதிரிமங்கலம் மற்றும் உளுந்தாம்பட்டு ஆகிய கிராமங்களில் உள்ள தென்பெண்ணை ஆற்றில் சில வாரங்களாக வெள்ளப்பெருக்கு ஏற்பட்டு நீர் வற்றத்தொடங்கியது. ஏற்கனவே இந்த ஆற்றுப்பகுதியில் உறைகிணறுகள் கிடைத்துள்ளன. இந்நிலையில் பண்ருட்டி தொல்லியல் ஆய்வாளர் இம்மானுவேல் மற்றும் வரலாற்று ஆர்வலர்கள் மோகன், ரவீந்தர் ஆகியோர் தென்பெண்ணை ஆற்றின் மேற்பரப்பில் கள ஆய்வு மேற்கொண்டனர். அப்போது சுமார் 2000 ஆண்டுகள் பழமையான சுடுமண் உருவ பொம்மைகள், வட்டச் சில்லு, சுடுமண் புகை பிடிப்பான், உடைந்த அகல் விளக்கு, சிதைந்த உறைகிணறுகள் போன்ற சங்ககால பொருட்களைக் கண்டுபிடித்துள்ளனர்.

இதுகுறித்து தொல்லியல் ஆய்வாளர் இம்மானுவேல் கூறியதாவது:

தென்பெண்ணை ஆற்றில் அண்மையில் ஏற்பட்ட வெள்ளப்பெருக்கு காரணமாக பெரிய அளவில் மண்ணரிப்பு ஏற்பட்டது. ஆற்றின் கரைப்பகுதிகளில் வித்தியாசமான பானை ஓடுகள் தென்பட்டது. உளுந்தாம்பட்டு மற்றும் எனதிரிமங்கலம் ஆற்றுப்பகுதியில் கள ஆய்வு மேற்கொண்டபோது சுடுமண்ணால் ஆன இரண்டு மனித உருவங்கள், சுடுமண் மிருக உருவம், வட்ட சில்லு, அகல் விளக்கு, சிதைந்த உறைகிணறு ஆகியவற்றை கண்டுபிடித்தோம். உளுந்தாம்பட்டு மற்றும் எனதிரிமங்கலம் தென்பெண்ணை ஆற்றில் இரண்டு சுடுமண் மனித உருவங்கள், ஒரு மிருக உருவம் கிடைத்துள்ளது. இரண்டு மனித உருவ சுடுமண்ணில் ஒரு பெண் உருவம் அழகிய காதணியுடன் காட்டப்பட்டுள்ளது.

மற்றொரு சிற்பம் சிதைந்துள்ளது. இன்னொன்று மிருக உருவம். இதுபோன்ற மனித மற்றும் மிருக சுடுமண் உருவங்கள் கீழடி மற்றும் பூம்புகார் ஆகிய பகுதிகளில் அரசு மேற்கொண்ட அகழ்வாராய்ச்சியின்போது கிடைத்திருக்கின்றன. அதுமட்டுமல்லாமல் கருப்பு சிவப்பு பானை ஓடுகள், உடைந்த அகல் விளக்குகள், சிதைந்த உறைகிணறுகள் உளுந்தாம்பட்டு மற்றும் எனதிரிமங்கலம் பகுதிகளில் கிடைத்துள்ளன. இவை 2 ஆயிரம் ஆண்டுகள் பழமையானவை என்றார்.

மாளிகை மேடு

அரியலூர் மாவட்டம் கங்கை கொண்ட சோழபுரம் அருகே உள்ளது. கங்கைகொண்ட சோழபுரம் பெருவுடையார் கோவிலைக் கட்டிய ராஜேந்திர சோழன் இப்பகுதியில் அரண்மனை கட்டினான். 1980இல் அகழ்வாராய்ச்சி செய்தபோது தரையிலிருந்து 6 அடிக்குக் கீழ் அரண்மனையின் சுவர்கள் தென்பட்டன. தொடர்ந்து ஆய்வுப் பணிகள் நடைபெறுகின்றன.

இங்கு கிடைக்கும் தொல் பொருள்களைக் கொண்ட கலைக்கூடம் ஒன்று அமைக்க தற்போதைய அரசு 20.7.21இல் அறிவிப்பு வெளியிட்டுள்ளது.

❖❖❖

12. இந்தியத் துணைக்கண்டத்தின் வரலாறு

'இந்தியத் துணைக்கண்டத்தின் வரலாறு, இனி தமிழ் நிலப்பரப்பில் இருந்துதான் தொடங்கி எழுதப்படவேண்டும்' தொல்லியல் ஆய்வுகள் குறித்த விவரங்களை வெளியிட்டு பெருமிதம்பொங்க சட்டப்பேரவையில் முதல்வர் மு.க.ஸ்டாலின் பேசிய வார்த்தைகள் இவை.

அப்படி அவர் பேசக் காரணம் இருந்தது. ஆதிச்சநல்லூர், சிவகளை, கொற்கை ஆகிய பகுதிகள் அடங்கிய 'பொருநை ஆற்றங்கரை நாகரிகம்' 3,200 ஆண்டுகள் பழமையானது என அமெரிக்காவின் 'பீட்டா' ஆய்வகம் உறுதிப்படுத்தியிருந்த ஆதாரம் அவர் கையில் இருந்தது. முதல்வர் மு.க.ஸ்டாலின் தலைமையிலான திமுக அரசு பொறுப்பேற்றதில் இருந்து தமிழ்நாட்டில் தொல்லியல் அகழாய்வுகளுக்கு அதீத முக்கியத்துவம் கொடுத்து வருவதை யாரும் மறுத்துவிட முடியாது.

பொருநை நதிக்கரை நாகரிகம் 3,200 ஆண்டுகள் முந்தையது என சட்டப் பேரவையில் முதல்வர் மு.க.ஸ்டாலின் அறிவித்திருப்பது தமிழர்கள் ஒவ்வொருவரையும் பெருமைக்கொள்ள வைத்த தருணம்.

தமிழ்நாட்டில் ஏழு இடங்களில் தொல்லியல் அகழாய்வுகள் மற்றும் சங்ககாலக் கொற்கைத் துறைமுகத்தினை அடையாளம் காண முன்களப் புல ஆய்வுகளை 20.01.2022 மாண்புமிகு தமிழ்நாடு முதலமைச்சர் திரு.மு.க. ஸ்டாலின் அறிவித்தார். இது பற்றி முதல்வர் கூறியது :

தமிழ் நிலமானது மிகத்தொன்மை வாய்ந்தது. தமிழின் தொன்மையையும், தமிழரின் பண்பாட்டையும் அறிவியல்பூர்வமாக நிறுவ வேண்டுமானால் முறையான அகழாய்வுகள் அவசியமாகும்.

அண்மைக்காலமாக, கீழடி, அழகன்குளம், கொற்கை, சிவகளை, ஆதிச்சநல்லூர், கொடுமணல், மயிலாடும்பாறை, கங்கைகொண்ட சோழபுரம் ஆகிய

இடங்களில் மேற்கொள்ளப்பட்ட அகழாய்வுகள் தமிழகத்தின் தொன்மையைப் புதிய காலக்கணிப்பு மூலம் பல நூற்றாண்டுக் காலத்திற்கு முன்னோக்கி எடுத்துச் சென்றுள்ளது என்றால் அது மிகையாகாது.

கீழடி அகழாய்வு மற்ற அகழாய்வுகளுக்கு முன்னோடி அகழாய்வாகத் திகழ்கிறது. இதுவரை கங்கைச் சமவெளியில் கி.மு. ஆறாம் நூற்றாண்டிலிருந்த "நகரமயமாக்கம்" தமிழ்நாட்டில் இல்லையென்றும், பிராமி எழுத்து மௌரியர் தோற்றுவித்தது என்றும் கருதுகோள்கள் இருந்தன. அத்தகைய கருதுகோள்களுக்கு அறிவியல்பூர்வமாக விடையளித்துள்ளது கீழடி அகழாய்வு. தமிழ்நாட்டில் கி.மு. ஆறாம் நூற்றாண்டிலேயே நகரமயமாக்கம் ஏற்பட்டிருந்தது என்பது மட்டுமல்லாமல், படிப்பறிவும் எழுத்தறிவும் பெற்ற மேம்பட்ட சமூகமாக விளங்கியதை கீழடி அகழாய்வு நிலைநிறுத்தியுள்ளது.

சிவகளை முதுமக்கள் தாழியில் கண்டெடுக்கப்பட்ட உமி நீங்கிய நெல்மணிகளின் காலம் கி.மு. ஆயிரத்து நூற்று ஐம்பத்தைந்து எனக் கண்டறியப்பட்டுள்ளது. "தண் பொருநை" என்று அழைக்கப்பட்ட தாமிரபரணி ஆற்றங்கரை நாகரிகம் மூவாயிரத்து இருநூறு ஆண்டுகளுக்கு முற்பட்டது என்பதை அறிவியல்பூர்வ ஆய்வுகளின் அடிப்படையில் உறுதி செய்ய முடிகிறது என்பதை கடந்த 8–9–2021 அன்று சட்டப்பேரவையில் நான் அறிவித்தேன்.

இதைத் தொடர்ந்து, தமிழ்நாட்டின் அனைத்துப் பகுதிகளையும் உள்ளடக்கி வரலாற்றுக்கு முந்தைய காலம் முதல் வரலாற்றுக்காலம் வரையிலான தொல்லியல் இடங்களில் அகழாய்வு செய்வதற்குத் திட்டமிடப்பட்டுள்ளது. பண்டைத் தமிழ்ச் சமூகத்தின் தொன்மை, பண்பாடு மற்றும் விழுமியங்களுக்குப் பெருமை சேர்க்கும் வகையில் தற்போது 2022ஆம் ஆண்டில் கீழ்க்காணும் ஏழு இடங்களில் அகழாய்வுகள் செய்யப்படவுள்ளன.

1. கீழடி மற்றும் அதனைச் சுற்றியுள்ள இடங்கள் (கொந்தகை, அகரம், மணலூர்), சிவகங்கை மாவட்டம் எட்டாம் கட்டம்
2. சிவகளை, தூத்துக்குடி மாவட்டம் மூன்றாம் கட்டம்

3. கங்கைகொண்டசோழபுரம், அரியலூர் மாவட்டம் இரண்டாம் கட்டம்
4. மயிலாடும்பாறை, கிருஷ்ணகிரி மாவட்டம் இரண்டாம் கட்டம்
5. வெம்பக்கோட்டை, விருதுநகர் மாவட்டம் முதல் கட்டம்
6. துலுக்கர்பட்டி, திருநெல்வேலி மாவட்டம் முதல் கட்டம்
7. பெரும்பாலை, தர்மபுரி மாவட்டம் முதல் கட்டம்

மேலும், "திரை கடலோடியும் திரவியம் தேடல்" என்ற முதுமொழிக்கேற்ப, பண்டையத் தமிழ்ச் சமூகம் நாட்டின் பிறபகுதிகளோடும், வெளிநாடுகளுடனும் வணிகத் தொடர்பு கொண்டிருந்த சங்ககாலத் துறைமுகங்களான பூம்புகார், கொற்கை, அழகன்குளம், வசவசமுத்திரம் ஆகியவை முக்கியப் பங்காற்றின.

தமிழ்நாடு அரசுத் தொல்லியல் துறை, தன்பொருநை (தாமிரபரணி) ஆற்றின் முகத்துவாரத்திற்கு எதிரில் கடற்கரையோரம் முன்கள புல ஆய்வு மேற்கொள்ளத் திட்டமிட்டுள்ளது. முதற் கட்டமாக, சங்ககாலக் கொற்கைத் துறைமுகத்தின் தொல்லியல் வளத்தினைக் கண்டறிய கடலோரங்களில் ஆய்வினை மேற்கொள்ள இந்தியக் கடலாய்வு பல்கலைக்கழகம் மற்றும் தேசிய கடல்சார் தொழில்நுட்ப நிறுவனம் ஆகியவற்றுடன் இணைந்து கடல் ஆய்வு மேற்கொள்ளத் திட்டமிடப்பட்டுள்ளது.

அகழாய்வுப் பணிகள் வரும் பிப்ரவரி மாதம் முதல் வாரத்தில் தொடங்கி செப்டம்பர் மாதம் இறுதி வரை நடைபெறவுள்ளது. மேலும் இதற்காக வரவுசெலவு திட்டத்தில் ஒதுக்கப்பட்டுள்ள 5 கோடி ரூபாய் நிதியில் அகழாய்வுகள், களஆய்வுகள் மற்றும் சங்க காலக் கொற்கைத் துறைமுகத்தினை அடையாளம் காண முன்களப் புல ஆய்வுப் பணிகளும் மேற்கொள்ளப்படவுள்ளன.

இந்தியத் துணைக்கண்டத்தின் வரலாறு, இனி தமிழ் நிலப்பரப்பிலிருந்துதான் தொடங்கி எழுதப்பட வேண்டும் என்பதைச் சான்றுகளின் அடிப்படையில் அறிவியல்பூர்வமாக நிறுவுவதற்கு மேற்காணும் அகழாய்வுகளும், முன்களப் புலஆய்வுப் பணிகளின் முடிவுகளும் உறுதி செய்யும்.

துலுக்கர்பட்டி

திருநெல்வேலி மாவட்டம் வள்ளியூரிலிருந்து தென்கிழக்கே 6 கி.மீ தொலையில் நம்பி ஆற்றின் இடது கரையில் துலுக்கர்பட்டி என்ற ஊர் அமைந்துள்ளது. இவ்வூரிலிருந்து கண்ணநல்லூர் செல்லும் சாலையில் 2.5. கி.மீ தொலைவியில் வாழ்வியல் மேடு (8°25'41.29"N 77°40'31.79"E) காணப்படுகிறது. இந்தப் பகுதி விளாங்காடு என்றழைக்கப்படுகிறது. இரும்பு மற்றும் தொடக்க வரலாற்றுக் காலத்தைச் சார்ந்த வாழ்வியல் மேடானது 2.5 மீ உயரத்தில் 12 ஹெக்டேர் பரப்பளவில் விரிந்து காணப்படுகிறது. இங்கு செவ்வண்ணம், கருப்பு சிவப்பு வண்ணம், கருப்பு வண்ணம், வெண்புள்ளி இட்ட கருப்பு சிவப்பு வண்ண ஆகிய மட்கல ஓடுகளும் குறியீடுகள் கொண்ட மட்கல ஓடுகளும் ஈமத்தாழிகளும் கிடைக்கின்றன. இந்தப் பண்பாட்டு மேட்டில் கிடைக்கப்பெற்றுள்ள அரிய தொல்பொருட்களைக் கருத்தில் கொண்டு தன்னுள் மறைத்துள்ள பண்பாட்டுக்கூறுகளைக் கண்டறிய இப்பண்பாட்டு மேடு காத்திருக்கிறது. இந்த அகழாய்வின் குறிக்கோள் செரிவுமிக்க இத்தொல்லியல் தளத்தின் உருவாக்கம், குடியேற்ற முறை மற்றும் தொல்பொருட்களின் தன்மை ஆகியவற்றைக் கண்டறிவதாகும். நம்பி ஆற்றின் கரையில் இரும்புக்காலப் பண்பாட்டின் வேர்களைத் தேடுவதே இவ்வகழாய்வின் நோக்கமாகும். இத்தொல்லியல் தளமானது சிவகளை, ஆதிச்சநல்லூருக்குச் சமகாலக்கட்டமாகும்.

வெம்பக்கோட்டை

விருதுநகர் மாவட்டம், சிவகாசியில் இருந்து தெற்கே *15* கி.மீ தொலைவில் வைப்பாறு ஆற்றின் இடது கரையில் வெம்பக்கோட்டை என்ற ஊர் அமைந்துள்ளது, மேட்டுக்காடு என்றும் உச்சிமேடு என்றும் அழைக்கப்படுகின்ற *25* ஏக்கர் பரப்பளவில் பரந்து கிடக்கின்ற தொல்லியல் மேட்டில் நுண்கற்காலம் முதல் இடைக்காலம் வரை தொடர்ந்து வாழ்ந்ததற்கான அடையாளங்களைக் காணமுடிகின்றது. இத்தொல்லியல் மேடு தற்போதைய நிலப்பரப்பில் இருந்து *2* மீ உயரம் கொண்டது. இங்கு இரும்புக் கால மட்கல ஓடுகள் மிகுதியாகத் சிதறிக்கிடக்கின்றன. இம்மேட்டில்

நுண்கற்கருவிகள், பல்வேறு வகையான மணிகள், அலங்கரிக்கப்பட்ட சங்கு வளையல்கள், காதணிகள், சுடுமண்ணால் ஆன வட்டுகள், இரும்புக் கசடுகள் ஆகியவையும் கிடைத்துள்ளன.

தற்போது மேற்கொள்ளப்படவுள்ள அகழாய்வின் நோக்கமானது காலவாரியாகத் தொடர்ந்து நிலவியல் உருவாக்கத்தின் பின்னணியில் அதிக எண்ணிக்கையிலான நுண்கற்கருவிகளைச் சேகரிப்பதாகும்.

பெரும்பாலை

தர்மபுரி மாவட்டம் பென்னாகரம் மேலச்சேரி சாலையில் பென்னாகரத்தில் இருந்து 25 கி.மீ தொலைவில் பாலாறு ஆற்றின் இடது கரையில் பெரும்பாலை என்னும் வரலாற்றுச் சிறப்புமிக்க இடம் அமைந்துள்ளது. இவ்வூர் கொங்கு நாட்டின் வடவெல்லையாகத் தொன்றுதொட்டு கருதப்படுகிறது. இங்குள்ள வாழ்விட மேடானது தற்போதைய நிலவியல் அமைப்பிலிருந்து 3 முதல் 4 மீட்டர் உயரத்தில் 75 ஏக்கர் நிலப் பரப்பளவில் விரிந்து காணப்படுகிறது. இம்மேட்டில் கருப்பு சிவப்பு நிற மட்கல ஓடுகள், கருப்பு நிற மட்கல ஓடுகள், சிவப்பு பூச்சுப்பெற்ற மட்கல ஓடுகள், சிவப்பு நிற மட்கல ஓடுகள் கிடைக்கின்றன. செம்மனூர் சிவன் கோயில் எதிரே ஈமக்காடுப் பகுதி காணப்படுகிறது. அண்மையில் ஈமக்காட்டுப் பகுதியின் நடுவே கால்வாய் வெட்டியபோது உயரமான வயல்வெளியில் 50க்கும் மேற்பட்ட கல்வட்டங்கள் கண்டறியப்பட்டன. கிடைக்கப்பெற்றுள்ள தொல்பொருட்கள் மூலம் தொடக்க வரலாற்றுக் காலத்தைப் பற்றிய சிறந்த நுண்ணறிவை பெரும்பாலைத் தொல்லியல் தளம் நாட்டிற்கு வழங்கிடும். அகழ்வாராய்ச்சியின் குறிக்கோளானது இத்தகைய தொல்லியல் திறன் வாய்ந்த தளத்தின் தள உருவாக்கம், குடியேற்றம், தொல்பொருட்களின் தன்மை ஆகியவற்றை வெளிப்படுத்துவதாகும். காவிரியின் கிளை ஆறான பாலாற்றின் ஆற்றங்கரைகளில் இரும்புக்காலப் பண்பாட்டின் வேர்களைத் தேடுவது இந்த அகழாய்வின் நோக்கமாகும் என முதல்வர் தெரிவித்துள்ளார்.

கொற்கைத் துறைமுகத்தில் 2,800 ஆண்டுகளுக்கு முன்னரே செழிப்பான வணிகம் செய்து வந்ததற்கான ஆதாரங்கள் கிடைத்திருப்பதாகவும், இவற்றுக்கெல்லாம் மகுடம் சூட்டும் விதமாக தமிழ்நாடு தொல்லியல்துறையால் மேற்கொள்ளப்பட்டுவரும் அகழாய்வுகளின்போது ஆதிச்சநல்லூருக்கு அருகே, சிவகளை பறம்பு பகுதியில் வெளிப்பட்ட முதுமக்கள் தாழி ஒன்றில் கண்டெடுக்கப்பட்ட உமி நீங்கிய நெல்மணிகள் அமெரிக்க நாட்டின் மியாமி நகரில் அமைத்திருக்கும் புகழ்பெற்ற Beta Analytical Laboratoryக்கு பரிசோதனைக்கு அனுப்பப்பட்டன எனவும், அதன் ஆய்வின் முடிவில் தாழியில் கண்டெடுக்கப்பட்ட உமி நீங்கிய நெல்மணிகளின் காலம் கி.மு.ஆயிரத்து நூற்று ஐம்பத்தைந்து எனக் கண்டறியப்பட்டுள்ளது எனத் தெரிவித்த முதல்வர் மு.க.ஸ்டாலின், இதன்மூலம் ‘தண் பொருநை’ என்று அழைக்கப்பட்ட தாமிரபரணி ஆற்றங்கரை நாகரிகம் மூவாயிரத்து இருநூறு ஆண்டுகள் முற்பட்டது என்பதை அறிவியல் பூர்வமான ஆய்வுகள் உறுதி செய்திருக்கின்றன எனச் சொல்லி பூரிப்படைந்தார்.

அதோடு, ஆதிச்சநல்லூர், சிவகளை, கொற்கை உள்ளிட்ட பகுதிகளில் கிடைத்த அரிய பொருட்களை அழகுற காட்சிப்படுத்தும் விதமாக, திருநெல்வேலி நகரில் நவீன வசதிகளுடன் ‘பொருநை’ அருங்காட்சியகம் உருவாக்கப்படும் என்றும் பேரவையிலேயே முதல்வர் அறிவித்தது வரலாற்று சிறப்பு மிக்கது.

தமிழர் நாகரிகம் எவ்வளவு தொன்மையானது என்பதை உலகிற்கு நிரூபிக்கும் வகையில் நடத்தப்படும் இதுபோன்ற ஆய்வுகளினால் தமிழ் மொழியும், தமிழர் பண்பாடும் இந்தியாவிற்கே முன்னோடி என்பது விளங்கி வருகிறது. இப்போது ‘பொருநை’ நதி நாகரிகம் 3,200 ஆண்டுகள் முந்தையது என ஆய்வுகள் மூலம் நிரூபிக்கப்பட்டிருப்பதால் ‘கல்தோன்றி மண் தோன்றா காலத்தே வாளோடு முன் தோன்றிய மூத்த குடி, தமிழ் குடி என்பது’ தெள்ளத் தெளிவாகிறது.

❖❖❖

13. இலக்கியங்களில் பொருநை

பொதியம், தென் பொதியம் என்றெல்லாம் போற்றப்படும் பொதிகை மலையில்தான் தமிழ் பிறந்தது என்பதனை 'வானார்ந்த பொதியின்மிசை வளர்கின்ற மதியே!' எனத் தமிழன்னை போற்றப்படுகிறாள்.

சேரநாட்டு ஆன் பொருநை ஆறு, சங்க இலக்கியங்களிலே, பொருநை என்றும், தண் ஆன் பொருநை என்றும் பெயர் பெற்றுள்ளது. தென்பாண்டி நாட்டுத் 'தண்பொருநை' ஆறு, (தாமிரபரணி ஆறு) பொருநை என்றும், தண்பொருநை என்றும், பொருநல் என்றும், பொருந்தம் என்றும் வழங்கப் பெற்றுள்ளது. தொல்காப்பியப் பொருளதிகாரம் கற்பியற்சூத்திரத்தின் (50) உரையில், நச்சினார்க்கினியர், காவிரியும் தண்பொருநையும் ஆன்பொருநையும் வையையும் போலும் யாற்றிலும் என்று இரண்டு பொருநைகளையும் தெளிவாக வேறுபடுத்திக் காட்டுகிறார்.

காளிதாசரின் ரகுவம்சத்தில்,

'தாமிரபரணி மேதயை முக்தாசாரம்மகோததே'

எனப் பாடப்பட்டுள்ளது.

'தண் பொருநைப் புனல் நாடு'

– சேக்கிழார்

'பொன் திணிந்த புனல் பெருகும் பொருநைத்திருந்தி'

– கம்பர்

கிர்நார் கல்வெட்டில் அசோகனும் (கி.மு. 273–232) தாம்பபண்ணி என்ற பெயரால் தண்பொருநை ஆற்றினைக் குறிப்பிட்டுள்ளார்.

சங்க இலக்கிய நூல்களுள் ஒன்றான புறநானூறு தண்பொருநை என்று வஞ்சியோடு தொடர்புபடுத்திக் குறிப்பிடுகின்றது.

"அரி மயிர்த் திரள் முன்கை
வால் இழை, மட மங்கையர்
வரி மணல் புனை பாவைக்குக்
குலவுச் சினைப் பூக் கொய்து
தண் பொருநைப் புனல் பாயும்
விண் பொருபகழ், விறல்வஞ்சிப்
பாடல் சான்ற விறல்வேந் தனும்மே
வெப் புடைய அரண் கடந்து,
துப்பறுவர் புறம்பெற் றிசினே" (புறநானூறு 11)

(பொருநை கருவூர்க்குச் சமீபத்திலோடும் ஆன்பொருந்தமென்னும் ஆறு) சங்க இலக்கியங்களுக்குப் பின்னர்த் தோன்றிய தமிழ் நூல்களில் தாமிரபரணி ஆறு தண்பொருநை என்று சீராட்டப் பெற்றுள்ளது.

நம்மாழ்வார் அருளிய திருவாய் மொழியிலே, இந்த ஆறு, பொருநல் என்று வழங்கப் பெற்றுள்ளது; பொருந்தம் என்பதே பொருநை என மருவியுள்ளது என்றும் பொருந்தம் என்பது பொருந்துதல் என்னும் பொருளதாக இருக்கலாம் என்றும் தமிழ் வளர்ச்சிக் கழக வெளியீடான கலைக்களஞ் சியம் குறிப்பிடுகிறது.

பொருநை ஆற்றங்கரை நாகரிகம்

"திருவழுதி நாடென்றும் தென்குரு கூரென்றும், மருவினிய
வண்பொருநல் என்றும்,

அருமறைகள் அந்தாதி செய்தான் அடியிணையே எப்பொழுதும்,
சிந்தியாய் நெஞ்சே தெளிந்து."(திருவாய் மொழி தனியன்)

கம்பராமாயணத்தின் கிட்கிந்தா காண்டத்தின் நாடவிட்ட படலத்தில் 31 ஆவது பாடலில்,

"தென் தமிழ்நாட்டகன் பொதியில்
திருமுனிவன் தமிழ்ச்சங்கம் சேர்கிற்பீரேல்

என்றும் அவன் உறைவிடமாம். ஆதலால் அம்மனையை இடத்திலிட்டு ஏகில் பொன்றணிந்த புனல் பெருகும் பொருநையெனும்

திருந்தியின் பின்பொழிய நாகக் கன்று வளர் தடஞ் சாரல் மகேந்திரமா நெடுவரையும் கடலும் காண்பீர்" என்று பொருநை குறிப்பிடப்படுகின்றது.

கலிங்கத்துப் பரணியில், "பொன்னித் துறைவனை வாழ்த்தினவே பொருநைக் கணவனை வாழ்த்தினவே" என்ற பாடலிலும் பொருநை சிறப்பித்துக் கூறப்படுகிறது. சேக்கிழாரின் பெரிய புராணத்திலே மும்மையால் உலகாண்ட சருக்கத்தில் உள்ள மூர்த்தி நாயனார் புராணத்தின் இரண்டாம் பாடல் தண் பொருந்தம் என்று குறிப்பிட்டுள்ளது.

"சாயந்தளீர்வல்லி மருங்கு னெடுந் தடங்கண் வேயம் படுதோலியா பண்படு மின்சொற் செய்ய வாயம் படுநீள்கரை மண்பொருந் தண்பொருந்தம் பாயுங் கடலும் படுநீர்மை பனித்த முத்தம்".

இப்பாடலின்படி, தண் பொருந்தம் குளிர்ச்சியுடைய தாமிரபரணி ஆறு என்பது பொருளாகும்.

இராசராச சோழன் உலா, பொருநை என்று புகழ்ந்துள்ளது. முக்கூடற்பள்ளு என்னும் சிற்றிலக்கியத்திலே பொருநையாறு பெருகிவரப் புதுமை பாரும் பள்ளீரே!!" என்று புலப்படுத்தப் பெற்றுள்ளது.

பரஞ்சோதி முனிவரின் திருவிளையாடற் புராணம் பாண்டித்திருநாட்டுப் படலத்தில், பொதிகை என்னும் மலை மடந்தை, பெருகு தண்பொருநை என்னும் நீத்தம் (வெள்ளம்) மிகு மகளைச் செவிலிபோல் வளர்க்கும் என்று எடுத்தியம்புகிறது.

"கருநிறமேக மென்னுங் கச்சணிசிகரக்கொங்கை
யருவியாந் தீம்பால் சோரவகன்சுனையென்னுங் கொப்பூழ்
பொருவில் வேயென்னு மென்றோட் பொதிய மாஞ்சைலப் பாவை
பெருகுதண் பொருநை யென்னும் பெண்மகப் பெற்றா ளன்றே (7)

மேலும்,

"பன்மலர்மாலை வேய்ந்துபானுரைப்போர்வை போர்த்துத்
தென்மலைத் தேய்ந்த சாந்தமான் மதச்சேறு பூசிப்
பொன்மணி யாரந்தாங்கிப் பொருநையாங் கன்னிமுந்நீர்த்

தன்மகிழ் கிழவனாகந்தழீ இக்கொடுகலந்ததன்றே.

குமரகுருபர அடிகள் அருளிய மீனாட்சியம்மை பிள்ளைத் தமிழ், 'பொருநைத் துறைவன் பொற்பாவாய், புதுநீர் ஆடி அருளுகவே' என்று உரைக்கின்றது.

பகழிக் கூத்தர் வழங்கியுள்ள 'திருச்செந்தூர்ப் பிள்ளைத் தமிழ்' என்னும் நூலில், 'தண்பொருநைப் பேராற்றிலே, தமிழ் நாகரிகம் மணக்கும்' என்ற கருத்து புனைந்துரைக்கப் பெற்றுள்ளது.

இறுதியாக, பாரதியார் இந்த ஆற்றினை தமிழ் கண்ட தண்பொருநை என்று உறுதி செய்துள்ளார்.

பாரதியின் வர்ணனைகள்

வரகவி பாரதி பொருநை பற்றிக் கீழ்க்குறிப்பிட்டவாறு வர்ணிக்கிறார்.

"எத்தனை வருஷங்களாக, எத்தனை யுகங்களாக இந்தக் குன்றங்களின் மீதும் சங்கீதக்காரியாகிய தாமிரபரணியின் மீதும் இங்ஙனம் அற்புதமான ஸூர்யோதயம் நிகழ்ச்சி பெற்று வருகிறதோ! எத்தனை யுகங்களாக இந்தத் தாமிரபரணி இங்கே இடைவிடாமல், ஓயாமல், தீராமல், ஒரே ரசமான பாட்டு பாடிக்கொண்டிருக்கிறாளோ!

தண்ணீரில் காலை வைத்தால் காலைச் சுற்றி மீன்கள்! பாபநாசத்து மீன்கள் அழகுக்கும், தைரியத்துக்கும் கீர்த்தி பெற்றவை. அவை மனிதருக்கு அஞ்சுவதில்லை. அவற்றை இங்கு மீன் வலைஞனேனும் பிறரேனும் பிடிக்கக் கூடாதென்ற சம்பிரதாயமொன்று இருந்து வருகிறது. யாரோ ஓர் ஆங்கிலேயன் இங்கே மீன் பிடித்ததாகவும், அவனுக்குக் கண் தெரியாமல் போய்விட்டதாகவும் ஒருகட்டுக்கதை வழங்கி வருகிறது. இவற்றுள்ளே பெரும்பான்மையானவை பொன்னிறமுடையவை. இலேசான தங்கக் கம்பியினில் ஒரு சிறு வளையம் பண்ணி அதனிடையே நீல ரத்னம் பதித்தது போல் இவற்றின் கண்கள் மிளிர்கின்றன. சோறுபோடத் தொடங்கினால் நீரோட்டத்தை எதிர்த்து இந்த மீன்கள்

அணியணியாக வந்து நிற்பதைப் பார்க்கும் போது, எதிரியின் குண்டுகளைக் கருதாமல் அணி வகுத்துநிற்கும் காலாட் படைகளைப் போன்ற தோற்றமுண்டாகின்றது.

பாபநாசத்து ஜலம் மிகவும் இன்பமானது. வாய்க்குத் தேன் போன்ற ருசியுடையது. பல்லாயிரம் கிளைகளாகத் தோன்றி, வரும்வழியிலேயே எண்ணற்ற ஔஷாதிகளைத் தீண்டி வருவதால், இந்த ஜலத்தில் ஸ்நானபானங்கள் செய்வதினின்றும் எல்லாவித நோய்களும் நீங்கிப் போய்விடுமென்று சொல்கிறார்கள்.

நான்கு புறமும் ஜலமேடை, நடுவே ஒருபாறைத் திட்டின் மீது பளிங்கு போல் வழவழப்பான கல்லைக் கழுவி அதன் மேல்தோசை அல்லது அன்னத்தை வைத்துக்கொண்டு தின்றால் அது வாய்க்கு அமிர்தம் போலிருக்கிறது" சுப்பிரமணிய பாரதியார், பாபநாசம் (1919)

உலகிலேயே முதன் முதலில் உருவாகிய மலை என இதிகாசங்களிலும், புராணங்களிலும் சொல்லப்படும் 'பொதிகை' மலையில்தான் 'பொருநனை நதி' என்ற தாமிரபரணி நதி தோன்றுகிறது. தமிழகத்தை பொறுத்தவரை 2வது உயரமான மலையான பொதிகையில் இயற்கையாகவே ஓங்கி வளர்ந்த மரங்கள் இருப்பதால் மேகக்கூட்டங்களை இழுத்து வருடத்தின் பெரும்பாலான நாட்களில் மழை தருவிக்கும்படி அமையப்பெற்றிருக்கிறது. இதனாலேயே தாமிரபரணி வற்றாத ஜீவநதியாக இன்றும் ஓடிக்கொண்டிருக்கிறது.

தமிழ் தோன்றியதும் தாமிரபரணி நதியான 'பொருநனை' தோன்றியதும் இந்தப் பொதிகை மலையில்தான் என்பதும் காலம் காலமாகக் கூறப்பட்டு வருகின்றன. இங்குதான் அகத்திய மாமுனி தமிழ் இலக்கியத்தைத் தனது சீடர்களுக்குக் கற்றுக்கொடுத்ததாகவும் கூறப்படுகிறது.

வால்மீகி இராமாயணத்தில் தாமிரபரணியை மகாநதி என்கிறார். வேதவியாசரும் பொருநையின் புனிதத்தை எடுத்துச் சொல்லியுள்ளார். தாமிரபரணியின் 149 புனித

குளியல் கட்டடங்கள் இன்றைக்கும் இருக்கின்றன. தாமிரபரணிக் கரையில் உள்ள குறுக்குத்துறை சுப்பிரமணியர் கோயில் பாறையில்தான், திருச்செந்தூரில் உள்ள சுப்பிரமணிய சுவாமிகளின் விக்கிரகம் படைக்கப்பட்டது என்று வரலாறுகள் சொல்கின்றன.

எல்லா ஆறுகளும் கடலில் மீன்களையும், தவளைகளையும் கொண்டு சேர்க்கும். ஆனால், பொருநையாறு மணிகளையும், முத்துக்களையும் கொண்டு சேர்க்கிறது. தண்பொருநைக் கரையில் தான் தமிழுக்கு இலக்கணம் படைத்த அகத்தியரின் மாணாக்கர்களான அதங்கோட்டாசான், தொல்காப்பியர், செம்பூட்சேய், காக்கைப்பாடினியார், நத்தத்தனார், பனம்பாரனார், அவிநாயனார், வாய்ப்பியனார், வாமனார், வையாடிகளார் போன்ற தமிழ் ஆசான்கள் வாழ்ந்துள்ளார்கள். சங்ககாலப் புலவர் மாறோக்கந்து நப்பசலையார் மாறமங்கலத்தில் வாழ்ந்திருக்க வேண்டும். மாறமங்கலம் பின்னர் மாறோக்கம் என்றாகியிருக்கலாம். கொற்கையின் பக்கத்திலுள்ள பன்னம்பாறையில்தான் பனம்பாரனார் வாழ்ந்திருக்கலாம் என ஆராய்ச்சியாளர்கள் கூறுகின்றனர்.

தாமிரபரணி ஆறானது தண்பொருநை என்று பெரிய புராணத்தாலும், 'தண்பொருநல்', 'வண்பொருநல்' என்று திருவாய்மொழியாலும் குறிப்பிடப்பட்டுள்ளது. கம்ப இராமாயணம் 'பொன் திணிந்த புனல்பெருகும் ஆறு' என்றும், திருச்செந்தூர் பிள்ளைத் தமிழ் 'பொய்க்காத வளமை தரும்ஆறு' என்றும் கூறுகின்றன. 'தண்பொருத்தம்' என்று பிங்கல நிகண்டும், 'தண்பொருநை'யென்று நச்சினார்க்கினியமும், 'பெண் ஆறு' என்று புலவர் புராணமும் கூறுகின்றன. 'பொதியமலைப் பெற்றெடுத்த பொற்கொடி' என்று திருவிளையாடற் புராணம் விளக்குவது சிறப்பிற்குரியதாகும்.

இராமாயணத்தில், 'ஆற்றல் மிக்க அகத்திய முனிவரது ஆன்மாவின் கருணையால் நீங்கள் முதலைகள் நிறைந்த பெரிய ஆறாம் தாமிரபரணியைக் கடப்பீர்களாக', 1915ம்

ஆண்டு நிலவரப்படி அப்போதும் கன்னடியன்கால் அணைக்கட்டின் மேற்பகுதியிலே முதலைகள் இருந்ததாக ஆங்கில ஆட்சியாளர்கள் கூறியுள்ளார்கள். தாமிரபரணி ஆறு தனது காதலனுடன் விளையாடும் ஒரு நங்கை போல் தனது தெளிந்த நீரோடும், சின்னஞ்சிறிய அழகிய தீவுகளோடும் கவர்ச்சியூட்டும் சந்தனக்காடுகளினூடே மறைந்து சென்று கடலாடுகிறாள். தாமிரபரணி ஆறு, சிவப்புச் சந்தன மரக் காடுகளின் ஊடே பாய்ந்து ஓடுகிறது என்ற கருத்தும் நிலவுகிறது.

வடநாட்டில் திரிவேணி சங்கமத்திற்கு நிகராகத் தென்னாட்டில் முக்கூடலாகும். பொருநையும், குற்றாலத்திலிருந்து வரும் சிற்றாறும், கழுகுமலையின் அருகே உள்ள ஓர் ஊற்றிலிருந்து எழும் ஓடையும் (கோதண்டராம நதி) முக்கூடலில் கலக்கின்றன. முக்கூடலின் தொன்மையை முக்கூடற்பள்ளு கூறுகின்றது. ஸ்ரீவல்லபன் முக்கூடலில் ஒரு பெரிய ஏரியை வெட்டினான். அதை ஸ்ரீ வல்லவப் பேரேரி என அழைத்தனர். நாளடைவில் அது பேரேரி என்று அழைக்கப்பட்டு, சீவலப்பேரியாகச் சிதைந்தது.

இந்தத் தனிச் சிறப்புமிக்க தாமிரபரணிஆற்றைத் தாண்டிய பிறகு, போர்க்கோலத்தில் படைவீடாக இருந்த மணப்படை வீடு, கேமளாபாத் என்ற ஊர் ஒரு வித்தியாசமான ஊராகத் தெரியும். கமாலி என்ற வெள்ளைய கலெக்டர் அமைத்த ஊர். இங்கு இஸ்லாமியப் பெருமக்கள் அதிக அளவில் வாழ்கின்றனர். குரங்காணி பகுதியானது இராமர் தன் வானரச் சேனைகளை அணிவகுத்துக் கொண்ட இடம் என்று ஆன்மிகச் செய்திகள் சொல்கின்றன.

பாண்டி நாட்டின் தலைநகரினில் உள்ள கோட்டைகளிலே பொன்னாலாகிய வாயில்களைக் காணலாம். இங்கே பாண்டிய நாட்டுத் தலைநகர் எனப்படுவது கொற்கையாக இருக்கலாம் என்று கருதப்படுகிறது. புத்த சமயத்தைத் தழுவிய பேரரசராகிய அசோகர் கிர்னர் என்னுமிடத்தில் உள்ள கல்வெட்டில் தான் தமது வெற்றி நினைவுத் துணைத் தாமிரபரணியில் நாட்டியதாகக் குறிப்பிட்டிருக்கிறார்.

இதில் சிறப்புமிக்க விஷயம் என்னவென்றால், பொருநனை நதி உருவாகி, வற்றாத ஜீவ நதியாக ஓடி தரைதளத்திற்கு வரும் இடம்தான் 'உலக நாகரிகத்தின் தொட்டில்' என புகழப்படும் ஆதிச்சநல்லூர். 2004ஆம் ஆண்டில் நடைபெற்ற அகழாய்வுகளில் கிடைத்த பொருட்களை புளோரிடாவில் உள்ள ஆய்வகத்திற்கு அனுப்பி ஆய்வு செய்ததில் பொருநை நதிக்கரையான ஆதிச்சநல்லூரில் கிடைத்த பொருட்கள் 2,900 வருடங்களுக்கு முந்தையது எனக் கண்டுபிடிக்கப்பட்ட நிலையில் தற்போது கிடைத்திருக்கும் ஆய்வு முடிவுகளின் படி பொருநை நதிக்கரை நாகரிகம் 3,200 ஆண்டுகள் பழமையானது என தெரியவந்திருக்கிறது.

❖❖❖

14. கல்வெட்டுகளில் பொருநை

திருநெல்வேலி மாவட்டம், சீவலப்பேரியில் உள்ள சத்யநாராயணப் பெருமாள் கோயிலில் காணப்படும் முதலாம் இராசராாசனுடைய *28* ஆம் ஆட்சி ஆண்டு

(கி.பி.1013) வட்டெழுத்துக் கல்வெட்டு ஒன்றில், 'தண்பொருந்தத்தின் வடகரை தென் திருமாலிருஞ் சோலை எம்பெருமானுக்கு' என்று தண்பொருந்தம் குறிக்கப்பட்டுள்ளது. (இந்தியக் கல்வெட்டு ஆண்டறிக்கை *1906* எண் *411*)

"..... தண்பொருந்தமான முடிகொண்டசோழப்பேராறுக்கு ...." என்று திருநெல்வேலி மாவட்டம், அம்பாசமுத்திரம் வட்டம், மன்னார் கோயிலிலுள்ள கோபாலகிருஷ்ண சுவாமி கோயில் கல்வெட்டு கூறுகின்றது. இதில் குறிப்பிடப்பட்டுள்ள முடிகொண்ட சோழப்பேராறு தண்பொருந்தம் என அழைக்கப்பட்டுள்ளது. இது முதலாம் இராசேந்திர சோழனின் *(கி.பி. 1011–44)*

இரண்டாம் மகனான இராசேந்திர தேவனான சுந்தர சோழ பாண்டியனின் *(கி.பி. 1052–64) 13* ஆவது ஆட்சி ஆண்டு கல்வெட்டாகும். (எபிகிராபிகா இண்டிகா தொகுதி *11* எண் : *30*)

மேலும், திருநெல்வேலி மாவட்டம், திருவைகுண்டம் வட்டத்திலுள்ள மாறமங்கலம் என்ற ஊரிலுள்ள சந்திர சேகரர் கோயிலிலுள்ள கி.பி. *13* ஆம் நூற்றாண்டு திரிபுவனச் சக்கரவர்த்திகள் மாறவர்மன் சுந்தர பாண்டியனது கல்வெட்டில் தண்பொருநை என்று குறிக்கப்பட்டுள்ளது.

கல்வெட்டு வரிகள்

............பெற்ற நெற்றிக்கு மெற்கும் தென்னெல்லை தண்பொருநை ஆற்றுக்கு வடக்கும் மெலெல்லை .... நரஸிம்ஹதேவர் பற்று குடுத்து முகமழகியபாண்டிய .... கும் வடவெல்லை காலுக்குத் தெற்கும் .... சங்க இலக்கிய நூல்களில் 'ஆன் பொருநை என்றும் 'தண் ஆன் பொருநை என்றும் குறிப்பிடப்பட்டுள்ள ஆறு வஞ்சியோடு தொடர்புடையது என்பதால், சேரநாட்டிலோடும் ஆன்பொருந்தமென்னும் அமராவதி ஆறு ஆகும்.

சங்க இலக்கிய நூல்களுக்குப் பின்னர் வரலாற்றுக் காலத்தில் எழுதப்பட்ட தமிழ் நூல்களில் இந்த ஆறு பொருநை, பொருநல், தண்பொருநை, தண்பொருந்தம் என்று வழங்கி வந்துள்ளது தெரியவருகிறது.

தற்போதுள்ள தண்பொருநையாறு முதன்முதலில் நம்மாழ்வாரின் திருவாய்மொழியில் பொருநல் என்று வழங்கப்பெற்றுள்ளது. கம்பராமாயணத்தில் தண்பொருநையாறு 'பொருநை' என்றும் கலிங்கத்துப்பரணியிலும் 'பொருநை' என்றும் சேக்கிழாரின் பெரிய புராணத்திலே 'தண் பொருந்தம்' என்றும் இராசராச சோழன் உலாவில் 'பொருநை' என்றும் குறிப்பிடப்பட்டுள்ளது தெரியவருகிறது.

முக்கூடற்பள்ளு என்னும் சிற்றிலக்கியத்திலே 'பொருநை' என்றும், பிள்ளைத் தமிழ் இலக்கியங்களான குமரகுருபர அடிகள் அருளிய மீனாட்சியம்மை பிள்ளைத் தமிழ் 'பொருநை' என்றும், பகழிக் கூத்தர் வழங்கியுள்ள திருச்செந்தூர்ப் பிள்ளைத் தமிழ் என்னும் நூல், 'தண்பொருநை' என்றும் பரஞ்சோதி முனிவரின் திருவிளையாடற் புராணம் 'தண்பொருநை' என்றும் சான்று பகர்கின்றது.

முதலாம் இராசராசனுடைய 28 ஆம் ஆட்சி ஆண்டு (கி.பி.1013) வட்டெழுத்துக் கல்வெட்டில் தண்பொருந்தம் எனக் குறிக்கப்படுகின்றது. கி.பி.13 ஆம் நூற்றாண்டு

திரிபுவனச்சக்கரவர்த்திகள் மாறவர்மன் சுந்தரபாண்டியனது கல்வெட்டில் தண்பொருநை என்று குறிக்கப்பட்டுள்ளது.

இராசேந்திர தேவனான சுந்தர சோழ பாண்டியனின் (கி.பி. 1052-64) 13 ஆவது ஆட்சி ஆண்டு கல்வெட்டு தண்பொருந்தம் என குறிக்கின்றது.

இவ்வாறு, சிற்றிலக்கியங்களும், பேரிலக்கியங்களும் கல்வெட்டுகளும் 'தண்பொருநை' ஆற்றினையும் நாட்டினையும் தமிழ்ப் பண்பாட்டின் தொட்டிலாக தமிழ் நாகரிகத்தின் பிறப்பிடமாக வரைந்து பறை சாற்றுகின்றன.

❖❖❖

15. துலுக்கர்பட்டி

துலுக்கர்பட்டியின் விளாங்காடு வாழ்வியல் மேடு

திருநெல்வேலி மாவட்டம் வள்ளியூருக்கு தென்கிழக்கில் 6 கி.மீ தொலையில் நம்பி ஆற்றின் இடது கரையில் அமைந்துள்ளது துலுக்கர்பட்டி. இவ்வூரிலிருந்து கண்ணநல்லூர் செல்லும் சாலையில் 2.5. கி.மீ தொலைவில் ஒரு வாழ்வியல் மேடு காணப்படுகிறது. இந்தப் பகுதி விளாங்காடு என்றழைக்கப்படுகிறது. இரும்பு மற்றும் தொடக்க வரலாற்றுக் காலத்தைச் சார்ந்த இந்த வாழ்வியல் மேடானது 2.5 மீ உயரத்தில் 12 ஹெக்டேர் பரப்பளவில் விரிந்து காணப்படுகிறது.

இங்கே சிவப்பு வண்ணம், கருப்பு சிவப்பு வண்ணம், கருப்பு வண்ணம், வெண்புள்ளி இட்ட கருப்பு சிவப்பு வண்ண மட்கல ஓடுகளும் குறியீடுகள் கொண்ட மட்கல ஓடுகளும் ஈமத்தாழிகளும் கிடைத்து வருகின்றன. இந்தப் மேட்டில் கிடைக்கப்பெற்றுள்ள அரிய தொல்பொருட்களைக் கருத்தில் கொண்டு தொல்லியல் ஆய்வுகளை நடத்த மாநில தொல்லியல் துறை முடிவு செய்துள்ளது.

இத்தொல்லியல் தளத்தின் உருவாக்கம், குடியேற்ற முறை, தொல்பொருட்களின் தன்மை ஆகியவற்றை கண்டறிவதற்காக இந்த அகழாய்வு நடத்தப்படவுள்ளது. நம்பி ஆற்றின் கரையில் இரும்புக்காலப் பண்பாட்டின் வேர்களைத் தேடுவதும் இவ்வகழாய்வின் ஒரு நோக்கமாகும். இத்தொல்லியல் தளமானது சிவகளை, ஆதிச்சநல்லூர் தொல்லியல் களங்களின் சமகாலத்தைச் சேர்ந்ததாகக் கருதப்படுகிறது.

❖❖❖

16. வெம்பக்கோட்டை

வெம்பக்கோட்டையின் நுண் கற்கால தொல்லியல் மேடு

விருதுநகர் மாவட்டம், சிவகாசியில் இருந்து தெற்கே 15 கி.மீ. தொலைவில் வைப்பாறு ஆற்றின் இடது கரையில் வெம்பக்கோட்டை என்ற ஊர் அமைந்துள்ளது. 25 ஏக்கர் பரப்பளவில் உள்ள இந்தப் பகுதி மேட்டுக்காடு என்றும் உச்சிமேடு என்றும் அழைக்கப்படுகிறது. இங்கே நுண்கற்காலம் முதல் இடைக்காலம் வரை தொடர்ந்து மக்கள் வாழ்ந்ததற்கான அடையாளங்கள் இந்தத் தொல்லியல் மேட்டில் வெளிப்பட்டு வருகின்றன. இத்தொல்லியல் மேடு தற்போதைய நிலப்பரப்பில் இருந்து 2 மீ உயரத்தில் அமைந்திருக்கிறது. இங்கு இரும்புக் கால மட்கல ஓடுகள் மிகுதியாக சிதறிக்கிடக்கின்றன. மேலும், இம்மேட்டில் நுண்கற்கருவிகள், பல்வேறு வகையான மணிகள், அலங்கரிக்கப்பட்ட சங்கு வளையல்கள், காதணிகள், சுடுமண்ணால் ஆன வட்டுகள், இரும்புக் கசடுகள் ஆகியவையும் கிடைத்துள்ளன.

காலவாரியாக அதிக எண்ணிக்கையில் நுண்கற்கருவிகளைச் சேகரிப்பதே தற்போது மேற் கொள்ளப்படவுள்ள அகழாய்வின் நோக்கமாகும்.

❖❖❖

17. பெரும்பாலை

கொங்கு நாட்டின் வட எல்லையான பெரும்பாலை

தர்மபுரி மாவட்டம் பென்னாகரம் மேலச்சேரி சாலையில் பென்னாகரத்தில் இருந்து 25 கி.மீ தொலைவில் பாலாறு ஆற்றின் இடது கரையில் அமைந்திருக்கிறது பெரும்பாலை. வரலாற்று முக்கியத்துவமுள்ள இந்த ஊர் கொங்கு நாட்டின் வடவெல்லையாக இருந்ததாகக் கருதப்படுகிறது.

இங்குள்ள தொல்லியல் மேடு தற்போதைய நிலவியல் அமைப்பிலிருந்து 3 முதல் 4 மீட்டர் உயரத்தில் 75 ஏக்கர் நிலப் பரப்பளவில் விரிந்து காணப்படுகிறது. இம்மேட்டில் கருப்பு சிவப்பு நிற மட்கல ஓடுகள், கருப்பு நிற மட்கல ஓடுகள், சிவப்பு பூச்சுப்பெற்ற மட்கல ஓடுகள், சிவப்பு நிற மட்கல ஓடுகள் ஆகியவை கிடைக்கின்றன.

இங்குள்ள செம்மனூர் சிவன் கோயில் எதிரே ஈமக்காடுப் பகுதி ஒன்று காணப்படுகிறது. அண்மையில் ஈமக்காட்டுப் பகுதியின் நடுவே கால்வாய் வெட்டியபோது உயரமான வயல்வெளியில் 50க்கும் மேற்பட்ட கல்வட்டங்கள் கண்டறியப்பட்டன.

இந்தப் பகுதியில் கிடைத்துள்ள தொல்பொருட்கள் மூலம் தொடக்க வரலாற்றுக் காலத்தைப் பற்றிய சிறந்த நுண்ணறிவை பெறமுடியுமென நம்பப்படுகிறது. இந்தத் தொல்லியல் தளத்தின் உருவாக்கம், குடியேற்றம், தொல்பொருட்களின் தன்மை ஆகியவற்றை வெளிப்படுத்துவதை நோக்கமாகக் கொண்டு அகழாய்வு நடத்தப்படும். மேலும் பாலாற்றின் ஆற்றங்கரைகளில் இரும்புக்காலப் பண்பாட்டின் வேர்களைத் தேடுவதும் அகழாய்வின் நோக்கமென மாநில அரசு தெரிவித்திருக்கிறது.

❖❖❖

18. கல்வராயன் மலை

திருவண்ணாமலை அருகேயுள்ள கல்வராயன் மலைக் கிராமங்களில் ஐந்தாயிரம் ஆண்டுகள் பழைமையான கற்கருவிகள் கண்டெடுக்கப்பட்டுள்ளன.

திருவண்ணாமலை மாவட்டம், தண்டாரம்பட்டு தாலுகாவுக்கு உட்பட்ட கல்வராயன் மலைத் தொடரில் கீழ்வலசை, மேல்வலசை, அக்கரைப்பட்டி என மூன்று கிராமங்கள் உள்ளன.

இந்தக் கிராமத்தில் நடத்திய ஆய்வில், தொல்லியல் முக்கியத்துவம் வாய்ந்த பல இடங்களைக் கண்டறிந்தனர். கீழ்வலசை கிராமத்திலிருக்கும் மாரியம்மன் கோவில் பகுதியில் பல்வேறு காலத்தைச் சேர்ந்த சிலைகளும், நடுகற்கள் போன்ற சிற்ப வேலைப்பாடுகளுடன் கூடிய பலகைக் கற்களும் காணப்படுகின்றன.

இவற்றில், சுமார் 5,000 ஆண்டுகளுக்கு முன்பு வாழ்ந்த மனிதர்கள் பயன்படுத்திய 5 கற்கருவிகளை, இங்கு வைத்து வணங்குவதையும் அடையாளம் கண்டனர். இதேபோல், அரசினர் உண்டு உறைவிடப் பள்ளியின் அருகிலிருக்கும் விநாயகர் கோயிலில் 20க்கும் மேற்பட்ட புதிய கற்காலக் கருவிகள் வழிபாட்டில் வைக்கப்பட்டிருக்கின்றன. அதுமட்டுமன்றி, புதிய கற்காலத்தில் பயன்படுத்தப்பட்ட 25க்கும் மேற்பட்ட இரும்புக் கருவிகளும் கோயிலில் வைக்கப்பட்டிருந்ததையும் கண்டறிந்தனர். கோயிலுக்கு அருகிலுள்ள மலைப்பகுதியில் பெருங்கற்காலத்தைச் சேர்ந்த 100க்கும் அதிகமான கற்திட்டைகளும் காணப்படுகின்றன. முதலில் காணப்படும் கற்திட்டைகள் இடுதுளையுடன் கூடியதாக அமைந்திருக்கின்றன.

இந்தக் கற்திட்டைகள் நான்கு புறமும் செங்குத்துக் கற்களை வைத்தும், அதன்மேல் ஒரு பெரிய பலகைக் கல்

வைத்தும் மூடப்பட்டிருக்கின்றன. இதன் கிழக்குப் பக்கக் கல்லில் வட்ட வடிவத் துளை காணப்படுகின்றது. இந்தக் கற்திட்டைக்குள் பீமரப்பட்டியைச் சேர்ந்த கிராம மக்கள் சிலை வைத்து வழி வழியாக வணங்கி வருகிறார்கள். மற்றொரு இடத்தில் காணப்படும் கற்திட்டைகள் நான்கு புறமும் கற்கள் வைத்து அடுக்கியும் அதன்மேல் பலகைக் கல் வைத்தும் மூடப்பட்டிருக்கின்றன. இதே அமைப்பிலான கற்திட்டைகள் தென்பெண்ணை ஆற்றை ஒட்டிய மற்றொரு இடத்திலும் காணக்கிடைக்கின்றன. இவ்வாறாக, கற்குவையுடன் கூடிய கற்திட்டைகள், பூமிக்குள் புதைந்திருக்கும் கல் பதுக்கைகள் போன்றவை பலவகைப்பட்ட வடிவில் கண்டறியப்பட்டிருக்கின்றன. இந்த இடத்தில் இரும்பினை உருக்கிக் கருவிகள் செய்ததற்கான தடயங்களும் இருக்கின்றன.

''இந்த இடத்தில் கண்டறிப்பட்டிருக்கும் புதிய கற்காலத்தைச் சேர்ந்த கற்கருவிகள் மிகவும் தனித்தன்மை வாய்ந்தவை. இவை உருவாக்கப் பயன்படுத்தப்பட்ட கற்கள், அதன் இடம் ஆகியவற்றை மேலும் ஆய்வுக்கு உட்படுத்த வேண்டும். இந்த இடத்தில் புதிய கற்கால மக்கள் வாழ்ந்த வசிப்பிடங்கள், பாறை ஓவியங்கள் போன்றவை குறித்தும் ஆய்வு செய்தால், மேலும் பல பண்பாட்டுத் தகவல்கள் கிடைக்கும். திருவண்ணாமலை மாவட்டத்தில் ஜவ்வாது மலை, கல்வராயன் மலைப்பகுதிகளுக்கு இடையிலிருக்கும் செங்கம் கணவாய், தென்பெண்ணையாற்றுப் பகுதி, பாம்பாற்றுப் பகுதி ஆகிய இடங்களில் பல நூற்றுக்கணக்கான தொல்லியல் சுவடுகள் கிடைத்த வண்ணம் உள்ளன. திருவண்ணாமலை மாவட்டத் தொல்லியல் வரலாற்றுக்கு வளம் சேர்க்கும் இந்தக் கண்டுபிடிப்புகளை அரசு பாதுகாத்து ஆவணப்படுத்தி வருங்காலத் தலைமுறைக்கு விட்டுச் செல்ல வேண்டும்'' என்று தொல்லியல் ஆய்வாளர் கா.ராஜன் கூறியது முக்கியமானது.

❖❖❖

19. இலக்கியத்தில் தமிழர் நாகரிகம்

தமிழரின் வாழ்வு, தமிழர் பேசிய மொழி, தமிழர் வாழ்ந்த நிலம் ஆகிய இம்மூன்றுக்கும் இயல்பான, நெருங்கிய தொடர்பு ஒன்று உண்டு என்ற உண்மை தமிழரின் நாகரிகத்தின் அடிப்படைத் தத்துவமாக அமைந்துள்ளது. இத்தத்துவத்தை விளக்குவதே சங்க இலக்கியங்கள். இவ்விலக்கங்களில் துணையின்றித் தமிழரின் வரலாற்றையும் பண்பாட்டையும் நாகரிகத்தையும் அறிந்து கொள்ள முடியாது.

தமிழரின் வாழ்வியல் முறைகளை சங்க கால நூல்கள் அகம் புறம் எனப் பகுக்கப்பட்டு, அகத்திணை புறத்திணை என ஒழுங்குப்படுத்தப்பட்டுள்ளன.

திருவள்ளுவர்தான் அகம் புறம் என்பதைச் செழுமைப்படுத்தி அறம் பொருள் இன்பம் எண்ணும் முப்பால் ஆக வரையறை செய்தார். அறத்தின் வழி நின்று பொருளை ஈட்டி இன்பம் துய்ப்பதுதான் இல்லறம், அதுவே நல்லறம் என்றார்.

நிலமும், தொழிலும்

தமிழர்கள் முதற்பொருளாக நிலத்தையும் பொழுதையும் பகுத்தனர். நிலத்தை ஐவகையாகவும் பொழுதை பெரும்பொழுது சிறுபொழுது எனவும் வகைப்படுத்தினர். அதற்கேற்ற வாழ்வியல் முறைகளையும் பின்பற்றினர். நிலமும் பொழுதும் முழுமுதற் பொருள் தொல்.

குறிஞ்சி: மலையும் மலை சார்ந்த இடமும்,

தொழில்: வேட்டையாடுதல்.

முல்லை: காடும் காடு சார்ந்த இடமும்,

தொழில்: ஆடுமாடு மேய்த்தல்.

மருதம்: வயலும் வயல் சார்ந்த இடமும்,

தொழில்: பயிர்த்தொழில், வேளாண்மை செய்தல்.

நெய்தல்: கடலும் கடல் சார்ந்த இடமும்,

தொழில்: மீன் பிடித்தல், வலை உலர்த்தல்.

பாலை: மணலும் மணல் சார்ந்த இடமும்,

தொழில்: வழிப்பறி செய்தல்.

பாலைக்கென்று தனிநிலம் இல்லையென்றாலும் குறிஞ்சியும் முல்லையும் திரிந்தது பாலை என்பார்கள்.

இப்படி நிலம் சார்ந்த அடிப்படையில் தொழில் முறைதான் தமிழர்களின் வாழ்வியல் முறையாக இருந்தது.

காடும் காட்டைச் சார்ந்த இடமும் முல்லை என்றும், மலையும் மலையைச் சார்ந்த இடமும் குறிஞ்சி என்றும், வயலும் வயலைச் சார்ந்த இடமும் மருதம் என்றும், கடலும் கடலைச் சார்ந்த இடமும் நெய்தல் என்றும் பெயர் பெற்றன. முல்லைக்குக் கடவுள் மாயோன் (திருமால்), குறிஞ்சிக்குக் கடவுள் சேயோன் (முருகன்), மருதத்தின் கடவுள் வேந்தன் (இந்திரன்), நெய்தலுக்குக் கடவுள் வருணன். இந்நான்கு பிரிவு மட்டுமின்றி வேறொரு நிலப் பிரிவும் உண்டு. அதற்குப் 'பாலை' என்று பெயர். 'முல்லையும் குறிஞ்சியும் முறைமையின் திரிந்து, நல் இயல்பு இழந்து, நடுங்குதுயர் உறுத்துப் பாலை என்பதோர் படிவங் கொள்ளும்' என்று பாலை நிலம் விளக்கப்படுகின்றது. அதாவது கோடை வெய்யிலில் மரஞ் செடிகள் உலர்ந்து, நீர் நிலைகள் வறண்டு காணப்படும் இடங்கட்குப் பாலை என்று பெயர். இந்நிலத்துக்குத் தெய்வம் கொற்றவை. இவ்வைந்து நிலத்தின் பாகு பாடுகளுக்குத் 'திணைகள்' என்று பெயர்.

திணைகள் என்னும் சொல்லுக்குக் 'குடி' என்றும் ஒரு பொருள் உண்டு. குடிகள் வாழும் நிலமும் 'திணை' எனப்பட்டது. சொல்லிலக்கணத்தில் விளக்கப்படும் திணைகள் வேறு. அவை உயர்திணை, அஃறிணை என்பன. பொருள் இலக்கணத்தில் விளக்கப்படும் இவ்வைந்து திணைகளும் மக்கள் வாழ்க்கையைப் பற்றியவை. திணை

என்னும் சொல் நிலத்தை மட்டுமன்றி நிலத்தின் அமைப்பு, அங்கு வாழும் மக்கள் இயல்பு, அங்கு உயிர் வாழும் விலங்குகள், பறவைகள், செடி கொடிகள் மரங்கள், உழவுப் பயிர் வகைகள், மக்கள் வழிபட்டு வந்த தெய்வங்கள் ஆகியவற்றையும் குறித்து நிற்கும்.

மொழிக்கு மட்டுமன்றி மக்களுடைய வாழ்க்கைக்கும் இலக்கணம் வகுத்துக் கொண்ட பெருமை பழந்தமிழரைச் சாரும். வாழ்க்கைக்கு ஒழுங்கு முறைகள் வகுத்துக் கொடுத்த இலக்கணத்துக்குப் பொருள் இலக்கணம் என்று பெயர். தொல்காப்பியர் காலத்துக்கு முன்பே திணைகள் வழக்கில் இருந்து வந்தன. அவை தொல்காப்பியரால் நிறுவப் பெற்றவை அல்ல. எனவே, பொருளிலக்கணமும் தொல்காப்பியத்துக்கு முன்பு இயற்றப்பட்டிருக்க வேண்டும். ‘முதலெனப் படுவது நிலம்பொழுது இரண்டின் இயல்பு என மொழிப இயல்பு உணர்ந்தோரே’ என்று தொல்காப்பியர் தமக்கு முன்பு இலக்கணம் வகுத்திருந்த ஆசிரியர்களைச் சுட்டிக் காட்டுகின்றார்.

காலப் பாகுபாடு :

நிலத்தைப் பாகுபாடு செய்ததைப் போலவே காலத்தையும் பாகுபாடு செய்திருந்தனர். காலம், பெரும் பொழுது என்றும் சிறுபொழுது என்றும் இருவகையாகப் பிரிக்கப்பட்டது. ஓராண்டின் தட்ப வெப்ப மாறுபாடுகளைக் காட்டிய கார், கூதிர், முன்பனி, பின்பனி, இளவேனில், முதுவேனில் ஆகிய காலங்கள் பெரும் பொழுதுகள். காலை, நண்பகல், எற்பாடு, மாலை, யாமம், வைகறை ஆகியவை சிறுபொழுதுகள். பெரும் பொழுதை ஆண்டு, திங்கள், கிழமை, நாள், நாழிகை, நொடி எனவும் பகுத்திருந்தனர். முல்லை, குறிஞ்சி, மருதம், நெய்தல் ஆகிய நான்கு திணைகளில் வாழ்ந்த மக்கள் உழைத்துப் பொருளீட்டுவர், காதலிப்பர், மணப்பர், இல்லறத்தில் நின்று இன்பம் துய்ப்பர். இவ்வொழுக்கங்கள் யாவும் மக்களுக்கே உரியன. எனவே, அவற்றுக்கு உரிப் பொருள் என்று பெயர்.

அகம், புறம் :

ஆணும் பெண்ணும் ஒருவரை யொருவர் கண்டு காதலித்து மணந்து இல்லறம் நடத்தி வருவதை 'அகம்' என்றும், மக்கள் அரசியல் வாழ்விலும் போரிலும் ஈடுபடுவதைப் 'புறம்' என்றும் பொருள் இலக்கணம் குறிப்பிடும். உலக அமைப்பை முதல், கரு, உரி என மூன்றாக வகுத்து, உலகில் வாழும் மக்களின் வாழ்க்கையை அகம் என்றும் புறம் என்றும் பாகுபடுத்தி, அதை இயற்கையுடன் இயைபுறுத்தியது பண்டைய தமிழரின் சிறந்ததொரு பண்பாடாகும்.

இல்லற மல்லது நல்லற மன்று :

பழந்தமிழகத்தில் மக்கள் இல்லற வாழ்க்கையையே பெரிதும் பாராட்டி வந்தனர். ஒருவனும் ஒருத்தியும் இணைந்து வாழ்வாங்கு வாழ்வாராயின் அவர்களுக்கு வீடுபேறு தானாக வந்தெய்தும் என்பது தமிழரின் கொள்கையாக இருந்தது. இக் காரணத்தினாலேயே திருவள்ளுவரும் அறம், பொருள், இன்பம் என்னும் முப்பாலை மட்டும் பாடினார், வீட்டைப் பற்றிப் பாடினாரில்லை. அவருடைய காலத்திலேயே ஆரியரின் பழக்க வழக்கங்களும், புராணங்களும், தத்துவங்களும் தமிழகத்தில் குடி புகுந்து விட்டன. தருமம், அருத்தம், காமம், மோட்சம் என்னும் ஆரியரின் புருடார்த்தங்களைத் திருவள்ளுவர் அறிந்திருப்பார். இருப்பினும் அறம், பொருள், இன்பம் ஆகிய முப்பாலையே தமிழரின் பண்பாட்டுக்கு உடன்பாடாகக் கொண்டு, மரபு வழுவாது அவர் திருக்குறள் என்னும் அறநூலை இயற்றினார். 'இல்லற மல்லது நல்லற மன்று' என்பது பிற்காலத்து எழுந்த கொன்றைவேந்தன் மொழியாகும். ஒருவனுடைய உலக வாழ்க்கைக்கு இன்றியமையாத துணை அவன் மனைவியே ஆவாள். அவளுக்கு 'வாழ்க்கைத் துணை' என்னும் சிறப்பைக் கொடுக்கின்றார் திருவள்ளுவர்.

சங்க இலக்கியங்களுள் பெரும்பாலானவை அகப் பொருளையே பேசுகின்றன. எட்டுத்தொகையுள் நற்றிணை, குறுந்தொகை, ஐங்குறுநூறு, கலித்தொகை, அகநானூறு ஆகியவை அகப்பொருள் சார்புடையவை. பல வகையிலும்

ஒத்த நலன்களையுடைய ஒருவனும் ஒருத்தியும் கூடுங்காலத்துப் பிறப்பது இன்பம். அதனை இன்னதென்று சொல்லால் விளக்க முடியாது, அவர்கள் அகத்தால், அதாவது உள்ளத்தால்தான் உணர முடியும். அத்தகைய இன்பம் அகம் எனப்பட்டது. ஏனைய இன்பங்கள் யாவும் புறமாகும். அகத்தில் காதல் மலர்கின்றது, புறத்தில் வீரம் சிறக்கின்றது. ஆண் பெண் விருப்பத்தினால் அகத்திணை உண்டாகின்றது. மண்ணாசையாலும், பொன்னாசையாலும், பசியாலும் புறத்திணை உண்டாகின்றது.

களவு :

மணப் பருவம் எய்திய காதலர்கள் தாமாகவே கூடியோ அன்றிப் பிறரால் கூட்டப் பெற்றோ கணவன் மனைவியாவர், காதலர்கள் தாமாகக் கூடும் கூட்டத்துக்குக் 'களவு' என்று பெயர். பிறர்க்கு உரித்தான ஒரு பொருளை அவரறியாவாறு அவரிடமிருந்து கவர்ந்து கொள்ளுவது 'களவு' எனப்படும். பழந்தமிழர் ஊழின் பெருவலியில் நம்பிக்கை கொண்டவர்கள். ஆகவே, காதலர்கள் ஒன்று கூடுவதற்கே அவர்களை ஊழ் கூட்டுவிக்க வேண்டும் என்று அவர்கள் கருதினர். காதலர் இருவர் ஒருவரை யொருவர் ஒருமுறை கண்டு உள்ளத்தைப் பறிகொடுத்து விடுவராயின், மீண்டும் அவர்கள் வேறு யாரையும் காதலிப்பதில்லை. அவர்களுடைய திருமணம் எவ்விதமான இடையூறுமின்றி நடைபெறுவதற்குக் காதலனின் தோழனும், காதலியின் தோழியும் துணை நிற்பர். அகப்பொருள் இலக்கணத்தில் காதலனைத் தலைவன் என்றும், காதலியைத் தலைவி என்றும் அழைப்பது மரபாகும்.

தம் காதல் முற்றுப் பெறுவதற்கு இடையூறுகள் நேருமாயின் தலைவனும் தலைவியும் சேர்ந்து ஊரைவிட்டே வெளியேறி விடுவதுமுண்டு. அவர்களுடைய காதலின் உறுதியையும் நேர்மையையும் பாராட்டி அவர்கள் பெற்றோர்கள் அவர்கட்குத் திருமணம் முடித்து வைப்பர். களவு ஒழுக்கமானது இரண்டு மாத காலத்துக்கு மேல் நீடிக்கக் கூடாது என்பது மரபு. 'இந்த உலகத்தையே நான்

உனக்கு ஈடாகப் பெற்றாலும் நான் உன்னைக் கைவிடேன்' என்று தலைவன் தலைவிக்கு உறுதி கூறுவான். அவள் வேப்பங்காயைக் கொடுத்தாலும் அதை வெல்லக் கட்டியென மகிழ்ந்துண்பான் அவன். தலைவன், 'உன் கூந்தலைப் போல நறுமணமுள்ள மலர் ஒன்றை உலகிலேயே நான் கண்டதில்லை' என்று தன் காதலியின் கூந்தலைப் பாராட்டி இன்புறுவான்.

அகத்திணையுள் திருமண வாழ்க்கை 'கற்பு' என அழைக்கப் படுகின்றது. தலைவன் தலைவியர் இருவரின் பெற்றோரும் அவர்களுடைய திருமணத்துக்கு உடன்படுவர். திருமணம் ஒரு நல்ல நாளில் நடைபெறும். தீய கோள்கள் இடம் விட்டு விலகவும், நிலா உரோகிணியுடன் கூடவும் வேண்டும். விடியற் காலையில்தான் திருமணம் நடைபெறும். திருமணப் பந்தலில் புதுமணல் பரப்பப்படும். மாலைகள் தொங்கவிடப்படும். அழகிய விளக்குகளை ஏற்றி வைப்பார்கள். வயது முதிர்ந்த மங்கல மகளிர் தண்ணீரைக் குடங்களில் முகந்து தம் தலையின் மேல் தூக்கிக் கொண்டு வந்து 'சிறு மண்டை' என்னும் அகன்ற வாயுடைய கலத்தில் பெய்து கொடுப்பர். குழந்தைகளைப் பெற்றெடுத்த மங்கல மகளிர் நால்வர் கூடி அத் தண்ணீரை வாங்கி, அதில் பூவிதழ்களையும், நெல் மணிகளையும் சொரிந்து அத் தண்ணீரினால் மணமகளை நீராட்டுவார்கள். இச்சடங்குக்கு 'வதுவை நன்மணம்' என்று பெயர். அப்போது அப்பெண்டிர், 'இவள் கற்பு நெறியினின்றும் வழுவாமல், தன்னைக் கொண்ட கணவனை விரும்பிப் பேணும் விருப்பமுள்ள துணைவியாவாளாக' என அம் மணமகளுக்கு வாழ்த்துக் கூறுவர். மணமகளின் பெற்றோர் 'பெரிய ஓர் இல்லத்துக் கிழத்தியாக ஆவாய்' என்று வாழ்த்தி அவளை மணமகனுக்குக் கொடுப்பர்.

உளுத்தம் பருப்புடன் கலந்த அரிசிப் பொங்கல் மண விழாவுக்கு வந்தவர்கட்கு இடையறாது வழங்கப் பெறும். இறைச்சியும் நெய்யும் கூட்டி ஆக்கிய வெண் சோற்றையும் வழங்குவதுண்டு. திருமண வினைகள் தொடங்கு முன்பு கடவுள் வழிபாடு நடைபெறும். மணமுழவு

முழங்கும். வெண்மையான நூலில் வாகையிலைகளையும், அறுகம்புற் கிழங்குகளையும் கோத்த மாலையை மணமகள் அணிந்து கொள்ளுவாள். மணமகன் மணமகளுக்குத் தாலி கட்டியதாகச் சங்கத் தமிழில் சான்று ஏதும் கிட்டவில்லை. 'ஈகையரிய இழையணி மகளிரொடு' அதாவது பிறர்க்குக் கொடுத்தற்கரிய இழை என்று புறப்பாடல் ஒன்றில் குறிப்புக் காணப்படுகின்றது. ஆனால், அது திருமணத்தின் போது அணிவிக்கப்பட்ட தென்பதற்குச் சான்றில்லை. ஐம்படைத் தாலியையும் புலிப்பல் தாலியையும் குழந்தைகட்குக் காப்பணியாக அணிவிக்கும் வழக்கம் அக் காலத்து உண்டு. ஆனால், திருமணத்தின் போது மங்கலநாண் பூட்டும் வழக்கம் பழந்தமிழரிடையே இல்லை போலும். அவ்வழக்கம் இருந்திருப்பின் எல்லாத் திருமணச் சடங்குகளையும் குறிப்பிடும் போது தாலி கட்டுவதென்னும் தலையாய சடங்கைக் குறிப்பிடாமல் இரார்.

ஆரியர் பண்பாடும் பழக்க வழக்கங்களும் பெருகி வந்த காலத்து எழுந்த நூலான சிலப்பதிகாரத்திலும் தாலி கட்டும் சடங்கைக் குறிப்பிடவில்லை. ஆனால், தமக்குத் திருமணம் ஆகிவிட்டதைத் தெரிவிப்பதற்காக அக்காலத்துப் பெண்கள் மங்கல அணி ஒன்றை அணிந்திருக்க வேண்டு மென்றும், திருமண நாளன்று அம்மங்கல அணியை ஊர்வலமாகக் கொண்டு வரும் வழக்கம் இருந்தது என்றும் அறிகின்றோம். இம்மங்கல அணியையே மேலே எடுத்துக் காட்டிய புறப்பாட்டுக் குறிப்பிடுகிறது போலும். 'மங்கல அணி' என்று வரும் வேறு இடங்களில் அடியார்க்கு நல்லார் அதற்கு 'இயற்கையழகு' என்றே உரை கண்டுள்ளார். எனவே, பழந்தமிழர் மாங்கலிய நாண் பூட்டித் திருமணம் முடித்தனர் என்று திட்டமாகக் கூறுவதற்கில்லை. ஆண்டாள் நாச்சியார் கண்ணன் தம்மை மணந்ததாகக் கண்ட கனவைத் தம் தோழியினிடம் கூறும் போது திருமணச் சடங்குகள் அத்தனையும் கூறிய விடத்துத் தமக்குக் கண்ணன் தாலி கட்டியதாகக் கூறவில்லை. 'மைத்துனன் நம்பி மதுசூதனன் வந்தென் கைத்தலம் பற்றக் கனாக்கண்டேன் தோழீ நான்' என்று மட்டுந்தான் தெரிவிக்கின்றார். கந்தபுராணம்,

பெரிய புராணம் ஆகிய நூல்களில் குறிப்பிடப்படும் திருமணங்களிலும் மணமகன் மணமகளுக்குத் தாலி கட்டியதாகத் தெரியவில்லை. சீவகசிந்தாமணியில் அரசியர் அணிந்திருந்த 'நாணுள்ளிட்டுச் சுடர்வீச நன்மாணிக்க நகுதாலி'யும் திருமணத்தின் போது கட்டப்பட்டதென்று கொள்ளுவதற்குச் சான்றில்லை. எனவே, திருமணத்தின் போது மணமகன் மணமகளுக்குத் தாலி கட்டும் வழக்கம் பத்தாம் நூற்றாண்டுக்கு முன்பு ஏற்படவில்லை என்று ஊகிக்க வேண்டியுள்ளது. இவ்வழக்கத்தைத் தெரிவிக்கும் முதல் கல்வெட்டு கி.பி. 958 ஆம் ஆண்டுக்குரியதாகும்.

திருமண நாளன்று இரவே மணமக்கள் மணவறையில் கூட்டப் பெறுவர். அங்கு மணமகள் கசங்காத புத்தாடையால் தன் உடல் முழுவதும் போர்த்துக் கொண்டிருப்பாள். சங்க காலத்துத் திருமண விழாவைப் பற்றிக் கூறும் அகப்பாட்டுகள் இரண்டிலும் புரோகிதன் ஒருவன் இடையிலிருந்து மணவினைகள் புரிந்ததாகச் செய்திகள் இல்லை. ஆனால், கோவலன் கண்ணகியை மணந்த போது மாமுது பார்ப்பான் மறைவழி காட்டியதாகவும் மணமக்கள் தீ வலம் செய்ததாகவும் இளங்கோவடிகள் கூறுகின்றார். சங்க காலம் முடிவுற்றுக் கி.பி. 5ஆம் நூற்றாண்டுக்குள் திருமணங்களில் பார்ப்பான் புரோகிதம் செய்யும் வழக்கம் மக்களிடையே பரவி விட்டதென இதனால் அறிகின்றோம்.

தமிழ்ப் பண்பாட்டைக் காப்பாற்ற இரண்டாயிரம் ஆண்டுகளுக்கு முன் தோன்றிய வள்ளுவர்,

> "பிறப்பொக்கும் எல்லா உயிர்க்கும் சிறப்பொவ்வா
> செய்தொழில் வேற்றுமை யான்"

என்று ஜாதி மறுப்புக்குக் குரல் கொடுத்தார். தமிழரின் தமிழ் மறையே வாழ்வியல் நெறியாகும்.

தமிழர் காதலை அன்பின் ஐந்திணை என்றனர். இஃது ஒருவனும் ஒருத்தியும் கொண்ட உளமொத்தத் தூயகாதல் வாழ்க்கையாகும். இது களவு, கற்பு என இரண்டாக அமையும்.

ஐந்திணை ஒழுக்கத்தில் தலை மக்களாக விளங்குபவர்கள். அறிவும், செல்வமும் உடைய நல்லகுலத்தில் பிறந்தவர்கள். இக்காதல் நாடகத்தில் தலைவன், தலைவி, நற்றாய், செவிலித்தாய், தோழி, பாணன், பாடினி போன்றோரும் ஊர் மக்களும் பாத்திரங்களாக வருவர். இக்காதல் வாழ்வு அறத்திலிருந்து மாறுபடாமல் அன்பின் வழிப்பாட்டாக அமையும்.

மங்கலம் என்ப மனைமாட்சி மற்றதன்
நன்கலம் நன்மக்கட் பேறு

என்று வள்ளுவரும் காதல்வழிவந்த மனைமாட்சியைச் சிறப்பிக்கின்றார்.

பண்டைய தமிழர்கள் வீரத்தைத் தொல்காப்பியப் புறத்திணை இயல் எடுத்துக் கூறுகின்றது. பெரும்பாலும் தற்காப்பு முறையில் தான் போர் நடைபெற்றது. தேர்ப்படை, யானைப்படை, குதிரைப்படை, காலாட்படை என்ற நால்வகைப் படைகளும் போரில் ஈடுபட்டன. வெட்சி, வஞ்சி, உழிகை, தும்பை என்ற நான்கு புறத்திணை பகுதிகளிலும் தமிழர்களின் போர்முறைகள் தொல்காப்பியத்தில் காணப்படுகின்றன. மேலும் வீரர் அல்லாதவர்கள், புறங்காட்ட ஓடுவார், புண்பட்டார், முதியோர், இளையோர், இவர்கள் மீது படைக்கலம் செலுத்தலாகாது என்பதும் புறநானூற்றால் அறிய முடிகிறது.

சங்ககாலத் தமிழர் நட்பினைப் பெரிதும் மதித்து வாழ்ந்தனர். திருவள்ளுவரும் உண்மையான நட்புக்கு இலக்கணம் கூறியுள்ளார்.

முகம் உவந்து' என்றனர் தமிழர். அறியாதவர்களையும் அழைத்து உணவளித்து இடமளித்து உபசரித்து மகிழ்ந்தனர் தமிழர்.

செல்விருந்து ஓம்பி வருவிருந்து பார்த்திருப்பான்
நல்விருந்து வானத் தவர்க்கு'

என்கிறார் திருவள்ளுவர். விருந்தினர்களை வெளியில் இருக்கச் செய்து தான் மட்டும் வீட்டின் உள்ளே உண்ணுதல்

சாவாமைக்கு மருந்தாகிய அமிர்தமாக இருந்தாலும் வேண்டப்படுவதில்லை என்பதை வள்ளுவர்,

> விருந்து புறத்ததாத் தானுண்டல் சாவா
> மருந்தெனினும் வேண்டற்பாற் றன்று

என்று கூறுவதிலிருந்து விருந்தோம்பல் சங்க கால மக்களின் பண்பாக இருந்தமை அறிய முடிகிறது. இவற்றைத் தமிழ்ப் பண்பாட்டின் கூறுகளாகக் கொள்ளலாம்.

தமிழகத்து வரலாற்றுக்குட்பட்ட காலம் சங்க காலம். இக்காலத்தில் தமிழரின் நாகரிகம் முழு மலர்ச்சியுற்றிருந்தது. பாண்டியன், சோழன், சேரன் என்ற முப்பெரும் மன்னர்கள் அரசாண்டு வந்தனர். பாண்டியரின் தலைநகரம் மதுரை, சோழரின் தலைநகரம் காவிரிப்பூம்பட்டினம். புகார் அல்லது பூம்புகார் என்றும் இந்நகரத்துக்குப் பெயர்கள் உண்டு. சேரனின் தலைநகரம் வஞ்சி. தமிழ் மொழி வழங்கி வந்ததால் நாட்டுக்குத் தமிழகம் என்றும், மக்களுக்குத் தமிழர் என்றும் பெயர்கள் எய்தின. ஆகவே, நாட்டுக்கும், மக்களுக்கும் அவர்கள் பேசிய மொழிக்கும் இடையே நெருங்கிய ஒரு தொடர்பைக் காண்கின்றோம். தமிழ் மக்கள் தாம் பேசிய மொழியுடன் இணைந்து வாழ்ந்தனர். தமிழர் வேறு, தமிழ் வேறு என்று பிரிக்க முடியாத அளவு அம்மொழியானது தமிழர் வாழ்வில் இடங்கொண்டது.

தமிழ் மன்னன் ஒருவன் தனக்கு இறவாமை அளிக்கக் கூடிய கனி ஒன்றைத் தான் உண்டு பயனடையாமல் அதைத் தமிழ்ப் புலவர் ஒருவருக்கு அளித்துத் தனக்கும், அவருக்கும், தமிழ் மொழிக்கும் இறவாத புகழைப் பெற்றுக் கொடுத்தான். சங்ககால மன்னர்கள் எழுப்பிய எழிலோங்கு அரண்மனைகள், மாளிகைகள், அங்காடிகள், கோயில்கள், துறைமுகங்கள், பந்தர்கள், அவர்கள் ஓட்டிய நாவாய்கள் அனைத்தும் இப்போது மறைந்துவிட்டன. ஆனால் அவர்கள் காலத்துப் புலவர்கள் பாடிய பாடல்கள் பல இப்போதும் எஞ்சி நிற்கின்றன. எட்டுத்தொகையும், பத்துப்பாட்டும், பதினெண் கீழ்க்கணக்கும், சிலப்பதிகாரமும், மணிமேகலையும் பழந்தமிழரின் சால்பை விளக்கிக் காட்டுகின்றன.

தாம் வாழும் நிலத்தின் இயல்புக்கு ஏற்றவாறு மக்களின் வாழ்க்கை முறையும், பண்பாடும் அமையும் என்பது பண்டைய தமிழரின் சிறந்ததொரு கொள்கையாகும். அத்துடன் 'காலம்' என்ற தத்துவமும் மக்கள் வாழ்க்கையில் பேரிடங் கொண்டது. ஆகவே, மக்கள் வாழ்ந்த இடமும், காலமும், அவர்களுக்குத் தேவையான முதற்பொருள் எனக் கொள்ளப்பட்டன. ஓரறிவுடைய புல் முதல் ஆறறிவுடைய மக்கள் ஈறாகிய உயிர்ப் பொருள்களும் ஏனைய உயிரில்லாத பொருள்களும் முதற்பொருள்களின் சார்பாக நின்று கருக்கொண்டு உலகின் மேல் தோற்றுகின்றன. ஆகையால் அவற்றுக்குக் கருப்பொருள் என்று பெயர் வழங்கிற்று. மக்கள் வாழ்க்கையின் செய்திகளைப் புலப்படுத்துவது உரிப்பொருள் எனப் பெயர் பெற்றது.

ஒரு மொழியில் இலக்கணம் வகுக்கப்படும் முன் இலக்கியம் வளர்ந்திருக்க வேண்டும். மொழியானது பல காலம் வளர்ந்து வந்த பிறகு தான் பொருள்களையும் அவற்றைக் குறிக்கும் சொற்களையும் திட்டமாக வரையறுத்து உணர வேண்டிய நெருக்கடி ஒன்று நேரும். அப்படி வரையறுக்கத் தவறினால் எண்ணங்களிலும் பேச்சிலும் தடுமாற்றமும் குழப்பமும் ஏற்படும். இந்த இழி நிலையை ஒரு மொழியானது எய்தாதவாறு அதற்கு இலக்கண வரம்பீடு செய்தல் இன்றியமையாததாகும். அதைப் போலவே, மக்கள் வாழ்க்கைக்கு இலக்கண விதிமுறைகள் வகுப்பதற்கு முன்னர் அவ்வாழ்க்கை நன்கு வளர்ச்சியும் வளமும் பெற்றிருக்க வேண்டும். வளர்ச்சி பெற்று நிலைத்து வாழும் சமூகத்துக்குத் தான் ஒழுங்கு விதிகள் தேவைப்படும். ஒழுக்க முறைகளை வகுத்து அவற்றின் படியே மக்கள் வாழ வேண்டுமென்று விதிப்பது இயற்கைக்கு முரணாகும். எனவே, தமிழில் பொருள் இலக்கணம் ஒன்று தோன்றுவதற்கு முன்பே மக்கள் அதில் வகுத்த வாழ்க்கையை வாழ்ந்து வந்தனர் என்பதில் ஐயமின்று. அவ்வாழ்க்கையை விளக்கிக் காட்டுமளவுக்குத் தமிழரிடையே இலக்கிய வளம் நிரம்பி இருக்க வேண்டும்.

பெண்ணின் கற்பைப் போற்றி வந்தனர் பழந்தமிழர். கற்புடைய மனைவியைத் தவிர்த்து ஒருவன் பெறும் பேறு வேறு ஒன்றும் இல்லை என்று அவர்கள் கருதினர். 'பெண்ணின்

பெருந்தக்க யாவுள கற்பென்னும் திண்மையுண்டாகப் பெறின்?' என்றும், 'புகழ்புரிந் தில்லிலோர்க் கில்லை இகழ்வார்முன் ஏறுபோல் பீடு நடை' என்றும் 'தெய்வம் தொழாஅள் கொழுநன் தொழுதெழுவாள் பெய்யெனப் பெய்யும் மழை' என்றும் பெண்ணின் கற்புத் திறத்தைப் பாராட்டுகின்றார். கற்பு என்னும் ஒழுக்கம் ஆண்களுக்கும் உரிய பண்பாகவே அந்நாளில் கருதப்பட்டது. நான் 'இப்போரில் வெற்றி பெறேனாயின் என் மனைவியை விட்டுப் பிரிந்த பழியைப் பெறுவேனாவேன்' என்று சங்க காலத்துத் தமிழன் ஒருவன் சூளுரைக்கின்றான். எனினும் பழந்தமிழரின் சமுதாயத்தில் ஆண்களின் கற்பு நிலையை மன்னனோ, அறமோ, புலவர்களோ வற்புறுத்தியதாகத் தெரியவில்லை. திருமணம் செய்து கொண்ட ஆடவன் தன் மனைவியை விட்டுப் பிரிந்து பரத்தையரைத் தழுவிக் காலங்கழிப்பதும், அவனுடைய மனைவியானவள் அவனுடைய பிரிவை நினைந்து வருந்திநைதலும் வழக்கமாகிவிட்டிருந்தது.

பேகன் என்ற மன்னன் தன் மனைவி கண்ணகியைப் பல நாள் துறந்திருந்தான். மன்னரைப் போலவே பொதுமக்களும் பரத்தையர் நட்பில் திளைத்து வருவதுண்டு. அருவருக்கத்தக்க இத்தீய ஒழுக்கம் மருதத்திணை மக்களின்பால் மட்டுந்தான் காணப்பட்டது. மதுரையில் எண்ணற்ற பரத்தையர் வாழ்ந்திருந்தனர் என்னும் செய்தியை மருதக்கலி ஒன்று தெரிவிக்கின்றது. அங்கு வாழ்ந்த பரத்தையரை ஓரூர் முழுவதிலுமே குடியேற்றலாம் என்று கலிப்பாட்டுக் கூறுகின்றது. பரத்தையரைத் தொல்காப்பியனார் 'காமக்கிழத்தியர்' என்று குறிப்பிடுகின்றார். இச்சொல்லுக்கு நச்சினார்க்கினியர் 'காமக்கிழத்தியராவர் கடனறியும் வாழ்க்கையுடையராகிக் காமக் கிழமை பூண்டு இல்லறம் நிகழ்த்தும் பரத்தையர்' என்று விளக்கந்தருகின்றார்.

களவு ஒழுக்கத்தை அடிப்படையாகக் கொண்டு காமத்துப் பால் வகுத்த திருவள்ளுவர் கணவன் பரத்தையரை விரும்பித் தன் மனைவியை விட்டுப் பிரிவதும், மனைவியானவள் தன் கணவனுடைய 'அடங்கா ஒழுக்கத்தை'க் கண்டு

மனம் புழுங்குவதும் ஆகிய அகத்துறைகட்கு இலக்கணம் கண்டிலர். திருக்குறளில் பரத்தையர் என்னும் சொல்லை அவர் ஆளுவதில்லை. பொருட்பாலில் மட்டும் ஆடவரிடம் காணப்பட்ட சில குற்றங் குறைகளை விலக்குமாறு விதிகள் வகுக்கும் போது 'வரைவின் மகளிர்' அதாவது, 'பொருட்பெண்டிர்' உறவு இழுக்குத் தரும் என்றும், 'பொருட்பெண்டிர் பொய்ம்மை முயக்கம் இருட்டறையில் ஏதில் பிணந் தழீஇ யற்று' என்றும், 'பொருட்பொருளார் புன்னலந் தோயார் அருட்பொருள் ஆயும் அறிவினவர்' என்றும் கூறுகின்றார். ஆகவே, பரத்தையர் ஒழுக்கம் சங்க காலத்தில் வாழ்ந்த ஆடவரிடம் ஒரு கறையாகவே காணப்படுகின்றது. பரத்தையரிடம் உறவு பூண்டு ஒழுகின தம் கணவனைப் பெண்கள் பொறுமையுடன் வாழ்க்கையில் ஏற்றுக் கொண்டு அவனுடன் புலந்தும், பிறகு அவன் செய்த பிழையை மறந்தும் வாழ்ந்து வந்தனர் என்று அறிகின்றோம்.

கணவன் தன்னைப் பிரிந்து சென்றால் மனைவிக்கு ஊடல் ஏற்படுவதுண்டு. ஒருவர் இவர்கள் வழக்கில் தலையிட்டாலொழிய அவ்வூடல் எளிதில் தீருவதில்லை. தோழி, தாய், பார்ப்பான், பாங்கன், பாணன், பாடினி, இளையர், விருந்தினர், கூத்தர், விறலியர், அறிவர், கண்டோர் ஆகியவர்கள் அனைவருக்குமே இவ்வூடலைத் தீர்த்து வைக்கும் உரிமையுண்டு. கணவன் மனைவியரிடையே அடிக்கடி ஊடல் ஏற்பட்டால்தான் வாழ்க்கையில் இன்பம் ஊறும் என்றும், ஆனால் அந்த ஊடலை நீடிக்க விடக்கூடாதென்றும் திருவள்ளுவர் அறிவுறுத்துகின்றார்.

திருமணமான பிறகு கணவன் மேலும் கல்வி கற்பதற்கோ, பொருள் தேடுவதற்கோ தன் மனைவியை விட்டுப் பிரிய நேருவதுண்டு. கல்விக்காக ஏற்படும் பிரிவு மூன்றாண்டுகட்கு மேல் நீடிக்கக் கூடாது என்பது மரபு. மன்னனுடைய போர்ப் பணியை மேற்கொண்டோ, மன்னனுடைய கடமைகள் வேறு எவற்றையேனும் ஏற்றோ, அன்றிப் பொருள் தேடவோ கணவன் தன் மனைவியை விட்டுப் பிரிய

நேர்ந்தால், அப்பிரிவு ஓராண்டுக்கு மேல் நீடித்தலாகாது. பரத்தையர் உறவை மேற்கொண்டு தன் மனைவியைப் பிரிந்து சென்றவனும் தன் மனைவிக்குப் பூப்புத் தோன்றி மூன்று நாள் கழித்துப் பன்னிரண்டு நாள் வரையில் மீண்டும் வந்து தன் மனைவியைக் கூட வேண்டும். ஆனால், கோவலன் கண்ணகியை விட்டுப் பிரிந்து நீண்ட நாள் மாதவியுடனே வாழ்ந்திருந்தான். சங்க காலத்திய கட்டுப்பாடு சிலப்பதிகாரக் கதை நிகழ்ந்த காலத்தில் தளர்ந்து விட்டது போலும். மருதத்திணை ஒழுக்கமாக இருந்து வந்த இவ்விழக்கானது பிற்காலத்திலும் தமிழர் வாழ்வுக்குச் சீர்கேட்டை விளைத்து வந்துள்ளது. கல்வி கற்கவும், பொருளீட்டவும், மன்னனுக்காகத் தூது செல்லவும் கணவன் பிரியும்போது மனைவி அவனுடன் செல்லும் வழக்கம் இல்லை. பெண்கள் போர்ப் பாசறைகளில் தம் கணவனுடன் தங்கக் கூடாதென்றும் ஒரு மரபு இருந்து வந்தது.

தான் காதலித்த ஒரு பெண்ணை மணக்க வாய்க்காத ஆண் மகன் சில சமயம் மடலேறுவதுண்டு. பனங்கருக்கினால் குதிரை ஒன்று செய்து அதன்மேல் அவன் ஏறி அமர்ந்து தன் காதலியின் வடிவந்தீட்டிய கொடி ஒன்றைத் தன் கையில் ஏந்திக் கொள்ளுவான். இந்த ஊர்தியைத் தெருத்தெருவாக இழுத்துச் செல்லுவார்கள். பனங்கருக்கினால் அறுப்புண்ட அவன் உடலில் குருதி வடியும். ஊராரும், பெண்ணின் பெற்றோரும் அவன் துயரைக் கண்டு இரக்கங் கொண்டு அப்பெண்ணை அவனுக்கே மணமுடிப்பார்கள். பெண்கள் மடலேறுதலில்லை. ஆனால், பிற்காலத்தவரான திருமங்கையாழ்வார் தலைவி ஒருத்தி பிரிவாற்றாமை மேலீட்டால் 'காதல் கைமிக்கு மடலூரத் துணிந்தாள்' என்று பாடுகின்றார்.

பண்டைய தமிழ் மக்கள் அளவற்ற இன்பத்துடன் இல்வாழ்வில் ஈடுபட்டனர். அதற்குச் சான்றுகள் பல சங்க இலக்கியத்தில் கிடைக்கின்றன. தொழில் புரிவதை ஆடவர் தம் உயிராக மதித்தனர். மகளிர் தம் கணவரைத் தம் உயிருக்கு நேராகக் கருதினர். சங்க காலப் புலவர்கள் இல்வாழ்க்கையைப் பற்றித் தீட்டியுள்ள பல அழகிய

சொல்லோவியங்கள் சங்க இலக்கியத்தில் மிளிர்கின்றன. கூடலூர் கிழார் தீட்டியளித்துள்ள ஓவியக் காட்சியிது. புதிதாக மணஞ் செய்து கொண்டு தன் கணவன் வீடு சென்ற ஒரு பெண், தன் தளிர் விரல்கள் சிவக்குமாறு, புளித்த கட்டித்தயிரைப் பிசைந்து, கண்ணில் புகை கரிப்பதையும் பாராட்டாமல், அதற்குத் தாளிதம் செய்து, துழவித் துழாவி அதனை இனிய குழம்பாக்கித் தன் கணவனுக்குப் படைக்கின்றாள். தாய் வீட்டில் அடுதொழில் பயிலாத சிறு பெண்ணாதலால் தயிர் தோய்ந்த விரல்களைக் கழுவத் தோன்றாதவளாய்த் தன் புடவையிலேயே துடைத்துக் கொள்ளுகின்றாள். உணவு மிகவும் சுவையாக உள்ளதே என்று கணவன் அவளைப் பாராட்டிப் புகழ்கின்றான். அவள் முகமும் மலர்ந்தது.

ஒரு பெண்ணிடம் அன்று காணப்பட்டதாகப் புலவர்கள் கற்பிக்கும் நற்குணம் அக்காலத்து மகளிரின் சிறந்த பண்பாடுகளை எடுத்துக் காட்டுகின்றது. பெண்கள் பூப்புற்றிருக்கும் நாள்களில் வீட்டுப் பாண்டங்களைத் தொடாமல் ஒதுங்கியே இருப்பார்கள். இவர்கள் ‘கலந்தொடா மகளிர்’ எனப்படுவர்.

இல்லறத்தில் நின்று இல்வாழ்க்கையின் கடமைகளையாற்றும் உரிமை கணவனுடன் சேர்ந்து வாழும் பெண்களுக்குத்தாம் உண்டு. தன் கணவன் பொருளீட்டுவதற்காகவோ, அரசனுடைய கடமைகளை மேற்கொண்டோ தன்னைப் பிரிந்திருக்கும் போதும், அவன் பரத்தையுடன் கூடி வாழும் போதும் கற்புடைய பெண் ஒருத்தி, ‘அறவோர்க்கு அளித்தலும், அந்தணர் ஓம்பலும், துறவோர்க்கு எதிர்தலும், தொல்லோர் சிறப்பின் விருந்து எதிர் கோடலும்’ ஆகிய இல்லற உரிமைகளை இழந்து நிற்பாள். அப்போதெல்லாம் அவள் தன்னை ஒப்பனை செய்து கொள்ளும் வழக்கமும் இல்லை.

இல்லற வாழ்க்கைக்கு மிகவும் சிறப்பாக அமைவது நன்மக்கட் பேறு என்பது பண்டைய தமிழரின் கொள்கையாகும். மக்கட் செல்வத்தைப் பாராட்டும்

நூல்கள் பல உண்டு. திருக்குறளில், 'பெறுமவற்றுள் யாமறிவதில்லை அறிவறிந்த மக்கட்பேறல்ல பிற' என்று மக்கட்பேறு சிறப்பிக்கப்படுகின்றது. பலரோடு உண்ணும் பெருஞ் செல்வராக இருப்பினும் குறுகுறுவென நடந்து, உணவைச் சிறு கையால் பிசைந்து மேலும் கீழும் சிதறிப் பெற்றோர் அறிவை இன்பத்தால் மயக்கும் மக்களைப் பெறாதார்க்கு உலகில் பயன்படும் பொருள் ஒன்றும் இல்லை என்று புறப்பாட்டு ஒன்று மக்கட்பேறு இன்பத்தைப் பரவுகின்றது. குழந்தையைப் பெறுவது தன் கடன் என்றும், அக்குழந்தைக்குக் கல்வி பயிற்றியும், அறிஞர்களின் அவையில் முன்னணியில் அவன் நிறுத்தப் பெறும் தகுதியைக் கொடுப்பதும், அவனுக்குச் சான்றோன் என்ற பாராட்டுக் கிடைக்கச் செய்வதும் தந்தையின் கடன் என்றும் பெண்கள் எண்ணினர்.

கணவனை இழந்த பெண் அக் காலத்தில் உடன் கட்டை ஏறும் பழக்கம் காணப்பட்டது. கைம்மை நோன்பு நோற்கும் வழக்கமும் பெண்கள் மேற்கொண்டிருந்தனர். கைம் பெண்கள் நெய்யுண்பதில்லை. தண்ணீர்ச் சோற்றைப் பிழிந்து, எடுத்துக் கொண்டு, அதனுடன், அரைத்த எள்ளையும் புளியையுங்கூட்டி வெந்த வேளைக் கீரையுடன் அவர்கள் உண்ணுவர். கைம்பெண்கள் பாய்மேல் படுப்பதில்லை, வெறுந் தரையின் மேல்தான் படுத்துத் தூங்கினர். இவர்கள் தலையை மழித்துக்கொள்ளும் வழக்கமும் உண்டு. தமிழ்நாட்டில் குடியேறிய ஆரியரும் இக்கைம்மை நோன்பை மேற்கொண்டனர். இப்போது பெரும்பாலும் கைம்மை நோன்பு நோற்கும் வழக்கம் பிராமணக் கைம் பெண்களிடமே காணப்படுகின்றது. வேறு குலத்தைச் சார்ந்தவர்களும் அண்மைக் காலம் வரையில் தென்னார்க்காடு, தஞ்சாவூர் போன்ற சில மாவட்டங்களில் தலைமழித்து முக்காடிட்டுக் கைம்மைக் கோலங் கொண்டதுண்டு. இப்போது பிராமணக் குலத்துக் கைம் பெண்களும் தலைமழித்துக் கொள்ளுவதையும், வெள்ளாடை யணிவதையும், முக்காடிட்டுக் கொள்ளுவதையும் தவிர்த்து வருகின்றனர். மங்கல நாணும், நெற்றிப் பொட்டும், மஞ்சள் பூச்சும், மலர் சூட்டுந் தவிர, ஏனைய

ஒப்பனைகள் அனைத்தையும் அவர்கள் கைவிடாமல் ஏற்றுக் கொண்டிருப்பதை இந்நாளில் காணலாம்.

பழந்தமிழகத்தில் இல்லத்தில் ஈடுபட்டிருந்தவர்கள் மேற்கொள்ள வேண்டிய கடமைகள் இன்னின்னவென வகுக்கப்பட்டிருந்தன. 'தென்புலத்தார், தெய்வம், விருந்து, ஒக்கல்' ஆகியவர்களுக்கும் ஒருவன் தன் வருமானத்தைப் பகிர்ந்து கொடுக்கவேண்டும். ஒரு பகுதியை தனக்கும் தன் குடும்பத்துக்கும் நிறுத்திக் கொண்டு, மற்றொரு பகுதியை அரசாங்கக் கடமைகளுக்குச் செலுத்திவிட வேண்டும். தம் வீட்டில் தங்கி, அதாவது பிறரை நாடிப் பிழைக்காமல், தம் வருமானத்தைப் பிரித்தளித்து வாழ்வதே இன்ப வாழ்க்கையாகும் என்பது தமிழரின் மரபாகும். ஆடவரின் சிறந்த கடமை, தொழில் புரிந்து பொருள் ஈட்டுவதாம். தன் மனைவியை விட்டுப் பிரிந்து சென்றிருந்தும் பொருள் ஈட்டுவதைச் சீரிய கடமையாகக் கொண்டிருந்தனர். பொருளைக் கொண்டுதான் ஏனைய அறங்களைச் செய்ய முடியும் என்று அவர்கள் உறுதியாக எண்ணினர். இரு யானைகள் ஒன்றோடொன்று மோதிக் கொண்டு போரிடுவதை ஒரு குன்றின் மேலேறி அச்சமின்றிக் காணலாம் அன்றோ? அதைப் போலக் கையில் பொருளை வைத்துக் கொண்டு ஒரு தொழிலைப் புரிபவன் எந்த இடையூற்றையும் பொருட்படுத்த வேண்டியதில்லை.

உணவு :

இல்லற வாழ்வில் அமர்ந்து வருவிருந்து ஓம்புதல் பண்டைத் தமிழரின் தனிப்பட்ட பண்பாடாகும். அவர்கள் அமிழ்தம் கிடைத்தாலும் அதைப் பகிர்ந்து உண்பர், மதுவையும் விருந்தினருடன் கூடி உவந்து அருந்துவர். அரிசிச் சோற்றையே பண்டைய தமிழர் தம் சிறப்பு உணவாகக் கொண்டனர். அவர்கள் புழுங்கலரிசியையே உண்பது வழக்கம். அரிசியை உரலிலிட்டு அதை வெளுக்கத் தீட்டியே உலையிலிடுவார்கள். அவர்கள் வரகையும் சாமையையும் சமைத்து உண்பதுண்டு. தமிழகத்தில் பல்வகையான நெல் விளைந்தது. சோற்றோடு காய்கறி வகைகளையும் அட்டு உண்பவர். காய்கறிக்குக் கடுகு

தாளிப்பார்கள். மிளகும் புளியும் உப்பும் உணவில் சேரும். மாங்கனியைப் பிழிந்து சாறு எடுத்து, அதைப் புளிக்க வைத்து அதைப் புளியாகப் பயன்படுத்துவது முண்டு. இவையன்றிக் களாப்பழப் புளி, துடரிப்புளி, நாவற்பழப்புளி ஆகியவும் பயன்படுவதுண்டு. கொம்மட்டி மாதுளங்காயை அரிந்து, அதனுடன் மிளகின் பொடியைக் கலந்து கறிவேப்பிலை கூட்டிப் பசு வெண்ணெயில் அதைப் பொரிப்பார்கள். வடுமாங்காய் ஊறுகாய் அக்காலத்திலேயே உண்டு. பலாப்பழம், இளநீர், வாழைப்பழம், நுங்கு, சேம்பிலைக்கறி, வள்ளிக்கிழங்கு, சுட்ட பனங்கிழங்கு ஆகியவற்றையும் பண்டைத் தமிழர் உண்டனர்.

> "இருங்காழ் உலக்கை இரும்பு முகம் தேய்த்த
> அவைப்பு மாண் அரிசி அமலை வெண் சோறு"

சோற்றுக்கான அரிசி முல்லைப் பூப் போல வெண்மையாகவும் மென்மையாகவும் இருக்கும். ஓர் அரிசியிலேனும் இடைவரிகளோ முறிவோ காணப்படாது. சோறு ஒன்றோடொன்று இழையாமல் பதமாக வெந்திருக்கும். பழஞ்சோற்றையும் மக்கள் உண்பதுண்டு. அரிசி, கொள்ளுப்பருப்பு, பயற்றம் பருப்பு ஆகியவற்றைப் பாலில் கூட்டிக் கஞ்சி காய்ச்சிக் குடிப்பார்கள். புளிக்க வைத்த மாவைக் கரைத்துப் புளிங்கூழ் ஆக்குவார்கள். பலவிதமான பணியாரங்கள் செய்யப்பட்டன. வேடர்கள் விரும்பியுண்ட உணவு புளிச்சோறு. பழந்தமிழர் புளியங்காய், நெல்லிக்காய் ஆகியவற்றை ஊறவைத்த காடியைப் பெரிதும் விரும்பினர். பாலைத் தோய்த்து வெண்ணெய் திரட்டும் வழக்கம் அந்நாளிலேயே இருந்து வந்தது. வெண்ணெயைப் பதமாகக் காய்ச்சி நெய் எடுத்துச் சோற்றில் வார்த்து உண்பார்கள்.

பண்டைத் தமிழகத்தில் ஊன் உண்ணும் வழக்கம் பரவியிருந்தது. வெள்ளாடு, செம்மறியாடு, மான், முயல், ஆமா, மீன் வகைகள், நண்டு, ஈயல், கோழி, காட்டுக்கோழி, காடை, உடும்பு முதலியவற்றின் இறைச்சியைத் தனியாகவோ, பாலும் அரிசியுங் கூட்டியோ சமைப்பார்கள். ஊன் சோறு

என்பது இப்போது புலவு என்று வழங்குகிறது. அது பழங்காலத் தமிழரின் உணவாக இருந்து பிறகு இடையில் சில காலம் வழக்கற்றுப் போயிற்று. முஸ்லிம்கள் நாட்டில் குடியமர்ந்த பிறகு அது மீண்டும் வழக்கத்துக்கு வந்துள்ளது. ஊனை நெய்யில் பொரிப்பதுண்டு. புளித்த மோரில் ஈயலை ஊறப்போட்டு புளிங்கறி சமைப்பதுண்டு. நெல்லை இடித்து ஆண் பன்றிக்குத் தீனியாகக் கொடுத்து அதைக் கொழுக்க வைப்பார்கள். அதைப் பெண் பன்றியுடன் சேரவிடாமல் தனியாகக் குழிகளில் விட்டு வளர்த்துப் பிறகு அதைக் கொன்று அதன் ஊனைச் சமைத்துத் தின்பர். இக்காலத்து மக்களைப் போலவே பழந்தமிழரும் ஊனை உப்புக்கண்டம் போடுவதுண்டு. அவர்கள் ஊன்துண்டங்களை இரும்புக் கம்பிகளில் கோத்து நெருப்பில் வாட்டியுண்பார்கள்.

கள்ளுண்ணும் வழக்கம் பழந்தமிழகத்தில் மிகவும் விரிவாகக் காணப்பட்டது. மன்னர், பாணர், புலவர், கூத்தர், பொருநர், விறலியர் அனைவருமே மதுவுண்டு களித்தனர். இயற்கையாகக் கிடைத்த பனங்கள், தென்னங்கள், ஈச்சங்கள் ஆகியவற்றையும், அரிசி, புளித்த சோற்றுக்காடி முதலியவற்றைக் காய்ச்சி இறக்கிய மதுவையும், யவனர்கள் கப்பலில் கொண்டு வந்த தேறலையும் அவர்கள் விருப்பத்துடன் குடித்தனர். தேறலின் சுவையையும், அது கொடுக்கும் வெறியையும் தூண்டுவதற்காக மது வகைகளைக் கண்ணாடிக் குப்பிகளிலும், மூங்கிற் குழாய்களிலும் நிரப்பி, நெடுநாள் மண்ணில் புதைத்து வைப்பர். அத்தகைய மது வகைகளின் வெறி மிகவும் கடுமையாக இருக்கும். அக் கடுமையைப் பாம்பின் கடிக்கும், தேள் கொட்டுக்கும் புலவர்கள் ஒப்பிட்டுள்ளனர். கள்ளுக்கு இன்சுவையும் நறுமணமும் ஊட்டுவதுண்டு. கள்ளுண்டவர்கள் புளிச் சுவையை விரும்பிக் களாப்பழம், துடரிப்பழம் (ஒருவகை இலந்தைக் கனி (Zizy Phus Rugosa), நாவற்பழம் முதலிய பழங்களைப் பறித்துத் தின்பர். கள்ளைப் பனைமரத்துப் பன்னாடையால் வடிகட்டுவர். யவனர் இரட்டைப்பிடிச் சாடிகளில் மரக்கல வழிக் கொணர்ந்த மதுவைத் தமிழர் உண்டு வந்ததற்கான சான்றுகள் அரிக்கமேட்டுப் புதைகுழிகளில் கிடைத்துள்ளன.

சங்ககாலத்தின் இறுதியில் தமிழ் மக்களிடையே குடிப்பழக்கம் அளவுக்கு மீறிக் காணப்பட்டது. காவிரிப்பூம்பட்டினம், மதுரை போன்ற பெரிய நகரங்களில் வாழ்ந்திருந்த குடிமக்கள் இத்தீய பழக்கத்தில் மூழ்கிக் கிடந்தனர். வரையற்ற சிற்றின்பமும், கட்குடியும் ஒரு நாட்டின் மக்களை இழிந்த நிலைக்கு ஈர்த்துவிடும் என்பது வரலாறு காட்டும் உண்மையாகும். தமிழரிடையே தம் காலத்திலேயே இத் தீய பழக்கம் வேரூன்றி வளர்ந்து விட்டதைக் கண்டு திருவள்ளுவர் பெரிதும் கவன்றார் போலும். குடிப்பழக்கத்தை வன்மையாகக் கடிந்து இயற்றிய குறட்பாக்களைத் திருக்குறளில் காணலாம். அவர் கள்ளை நஞ்சு என்றே கூறுகின்றார். ஒழுக்கத்துக்கு முரணான சிற்றின்ப விழைவும், கட்குடியும் எத்துணைத் தீய பழக்கங்கள் என்பதைக் காட்டவும், இவ் விரண்டும் தம் காலத்துத் தமிழ் மக்களைப் பெரிதும் ஈர்த்து விட்டதைக் கடியவுமே வள்ளுவர் 'வரைவின் மகளிர்', 'கள்ளுண்ணாமை' என்னும் ஈரதிகாரங்களைத் திருக்குறளில் அடுத்தடுத்து வைத்திருக்கின்றார்.

பண்டைத் தமிழர்களின் உடை :

பண்டைத் தமிழகத்தில் குறிஞ்சி, முல்லை நிலங்களில் வாழ்ந்த மக்கள் பூவையும், தழையையும் கோத்து ஆடையாக அணிவது வழக்கம். அவர்கள் கம்பளி ஆடைகளையும் அணிவதுண்டு. நகர மக்கள் பஞ்சாலும், பட்டாலும், ஒருவகை மலையெலி மயிராலும், வேறு சிறு விலங்குகளின் மயிராலும் ஆடைகள் நெய்தார்கள். அடியார்க்கு நல்லார் தம் சிலப்பதிகார உரையில் முப்பத்தாறு ஆடை வகைகளைக் குறிப்பிடுகின்றார். துணிகள் மிகமிக நுண்ணிய நூல்களினால் நெய்யப்பட்டன. அவற்றுள் தனித்தனி இழைகள் கண்ணுக்குப் புலப்படா. புகையைப் போலவும், பாலாவியைப் போலவும், பாம்பின் தோலைப் போலவும், மூங்கிலின் உரியைப் போலவும் துணிகள் நெய்யப் பெற்றன. ஆடைகட்குப் பூவேலைகள் செய்வதுண்டு. பட்டுப் புடவைகளின் முன்தானைகளில் குஞ்சம் கட்டப்பட்டது. சில பூந்துகில் வகைகள் மிகவும் வழுவழுப்பாக இருந்த காரணத்தால் வழுக்கி வழுக்கிச்

சரியுமாம். துணிகளுக்கு நறுமணம் ஊட்டுவதுண்டு.

"முத்து உறழ் மணல் எக்கர் அளித்தக்கால், முன் ஆயம்
பத்து உருவம் பெற்றவன் மனம் போல, நந்தியாள்
அத் திறத்து நீ நீங்க, அணி வாடி, அவ் ஆயம்
வித்தத்தால் தோற்றான் போல், வெய் துயர் உழப்பவோ?"

மேலே இருப்பது சங்க இலக்கிய நூல்களில் ஒன்றான கலித்தொகையில் வரும் 136வது பாடல். "முத்துப் போன்ற மணலில் நீ தலைவிக்கு அருள் செய்தாய். அப்போது அவள் விளையாட்டில் பத்து எண்ணிக்கை உருவம் பெற்றவள் போல மகிழ்ந்தாள். அவளை விட்டுவிட்டு நீ நீங்கியபோது அவள் தன் அங்கமெல்லாம் வாடி ஆயத்தாரின் தந்திரத்தால் தோற்றவர் போல துன்பத்தில் உழல்கின்றாள். இப்படி அவள் துன்பத்தில் உழலலாமா?" என்பது இந்தப் பாடலின் பொருள்.

தலைவியைத் தலைவன் பிரிந்துசெல்ல, தலைவி படும் துன்பத்தைக் கூறும் பாடல் இது. இந்தப் பாடலில், "பத்து உருவம் பெற்றவன் மனம்போல" என்ற வார்த்தைகள், தாய விளையாட்டில் பத்து என்ற எண்ணிக்கையைப் பெற்றவன் மனம் மகிழ்வதைச் சுட்டிக்காட்டுகிறது.

அப்படி பத்து என்ற எண்ணைப் பெறுவதற்கு உருட்டப்படும் பகடைக்காய்கள் எப்படி இருந்திருக்கும் என்பதை கீழடியில் கிடைத்திருக்கும் பகடைக்காய்கள் காட்டுகின்றன. தற்போது தாயத்தில் உருட்டப்படும் தாயக்கட்டைகள் நான்கு பக்கங்களைக் கொண்டிருக்கின்றன. அவற்றை உருட்டுவதால் ஒருபோதும் பத்து என்ற எண்ணைப் பெற முடியாது.

ஆனால், கீழடியில் கிடைத்திருப்பது போன்ற ஆறு பக்கங்களைக் கொண்ட பகடைக் காய்கள் பத்து என்ற எண்ணைத் தரக்கூடியவை.

"சங்க இலக்கியமான கலித்தொகையில் சொல்லப்படுவது போன்ற தாயக்கட்டைகள் இங்கே கிடைத்திருக்கின்றன. சங்க காலத்தையும், கீழடியையும் இதை வைத்து இணைத்துப்

பார்க்க முடியும்" என்கிறார் ரோஜா முத்தையா நூலகத்தில் உள்ள சிந்துவெளி ஆய்வு மையத்தின் இயக்குநரான ஆர். பாலகிருஷ்ணன்.

கீழடி 4ஆம் கட்ட அகழாய்வில் மட்டும் இதுபோல 600 விளையாட்டுப் பொருட்கள் கிடைத்துள்ளன. இவை ஆண்கள், பெண்கள், சிறுவர்கள் விளையாடக்கூடியவை. விளையாட்டிற்கு நேரம் ஒதுக்கும் அளவிற்கு வேலைகளை நேரஒதுக்கீடு செய்துகொண்ட சமூகமாக அங்குள்ளவர்கள் இருந்திருக்கக்கூடும் என்பதற்கான ஆதாரமாக இந்த காய்கள் இருக்கின்றன.

தமிழ்நாட்டின் இரண்டாவது பெரிய நகரமாகக் கருதப்படும் மதுரை நகரம், வரலாற்றுக்கு முந்தைய காலத்திலிருந்து தொடர்ச்சியாக மக்கள் வசித்துவரும் வெகுசில நகரங்களில் ஒன்று. மதுரையிலும் மதுரையைச் சுற்றியுள்ள பகுதிகளிலும் வரலாற்றுக்கு முந்தைய காலகட்டத்தைச் சேர்ந்த பல பொருட்கள் கிடைத்திருக்கின்றன. பல தொல்லியல் சின்னங்கள் இப்போதும் இருந்துவருகின்றன.

மதுரையைச் சுற்றியுள்ள சமணர் படுகைகளில் கி.மு. 500 முதல் கி.பி. 300 வரையிலான காலகட்டத்தைச் சேர்ந்த பல எழுத்துகள் காணப்படுகின்றன. மதுரைக்கு வடக்கில் சில கற்காலக் கருவிகளும் ஆவியூரில் பழங்கற்காலக் கருவி ஒன்றும் பிரிட்டிஷ் காலத்தில் மேற்கொண்ட ஆய்வுகளில் கண்டெடுக்கப்பட்டன. 1987ஆம் ஆண்டில் தமிழக அரசின் தொல்லியல் துறை உத்தமபாளையத்தின் எல்லப்பட்டி என்ற ஊரில் மேற்கொண்ட ஆய்வில் இரும்பு உருக்கும் தொழிற்கூடப் பகுதி இருப்பது வெளியில் கொண்டுவரப்பட்டது.

❖❖❖

20. கால்டுவெல் ஆய்வில் தமிழ் மொழியும் நாகரிகமும்

தமிழின் பெருமையை உலகுக்கு எடுத்துரைத்தது கால்டுவெல்லின் 'திராவிட மொழிகளின் ஒப்பிலக்கணம்' ஆகும்.

1856ம் ஆண்டிலேயே அச்சேறிய கால்டுவெல் தீட்டிய 'திராவிட மொழிகளின் ஒப்பிலக்கணம்' தான் உலக மொழிக் குடும்பங்களில் உயர் தனிச் செம்மொழியாக நம் செந்தமிழ் மொழியை முதன்முதலில் நிறுவியது. 'இந்திய நாட்டில் வழங்கும் மொழிகள் அனைத்தும் ஆரிய இன மொழிகளே! என்று தவறான சிந்தனை நிலவியபோது ஐரோப்பிய மொழி நூலறிஞர்களின் கருத்துக்களை ஆதாரங்களுடன் மறுத்து, பல்வேறு கண்டுபிடிப்புகளால் திராவிட இன மொழிகளின் மாபெருமையை நிலைநாட்டி பெருநூல் வடித்தவர்தான் கால்டுவெல். திராவிட இன மேற்கோளின் இன ஒற்றுமையை இவரைப் போல் ஆய்ந்து மாபெரும் இலக்கண நூல் தீட்டியவர் வேறு எவரும் இல்லை.

'அரிசி', 'கட்டுரம்', 'தோகை' போன்ற நம் தாய்த் தமிழ்ச் சொற்களே கோளம் முழுதும் உள்ள மொழிகளுக்குக் கடனாகத் தமிழால் தரப்பட்டவை. தமிழில்தான் 'உயர்திணை' என்றும் 'அஃறிணை' என்றும் பகுத்தறிவுக்கு ஏற்ப பாகுபாடு உள்ளதென்பதை அழுத்தமுடன் கூறியவர் கால்டுவெல். உலகில் வேறு எந்த மொழியிலும் இந்த நுட்ப இலக்கணப் பாகுபாடு இல்லை என்றும் கூறியவர் அவரே.

நம் தமிழ் மீது தீராக் காதல் கொண்ட கால்டுவெல், தம் இல்லற வாழ்வையும் தமிழர் பாணியில் அமைத்துக் கொண்டார். அப்பொழுது நாகர்கோவிலில் லண்டன் மிஷன் சங்கத்தில் தொண்டாற்றிய சார்லஸ் மார்ட்டின் மகள்

எலிசாவைத் திருமணம் செய்து கொண்டார். இருவரும் இணைந்தே நெல்லைச் சீமையில் கல்விப் பணிகளை மேற்கொண்டனர்.

மொழிகளின் மேல் மாறாப் பற்று கொண்ட செம்மல் கால்டுவெல் பதினெட்டு மொழிகளில் புலமை பெற்றவர். நம் தமிழ்மறை திருக்குறளையும், சீவக சிந்தாமணியும், இலக்கண நூல்களை மிகுந்த ஈடுபாட்டுடன் ஆய்ந்தார்.

கிரேக்கம் போன்ற நாடுகளுக்கு தமிழகம் வெறும் அகிலையும், துகிலையும் மட்டும் ஏற்றுமதி செய்யவில்லை. எழிலார்ந்த தமிழ்ச் சொற்களையும் ஏற்றுமதி செய்தது என்பதை ஆணித்தரமாக எடுத்துக் கூறியவர் கால்டுவெல்.

ஈராயிரம் ஆண்டுகளுக்கு முன்னரே நம் கொற்கைத் துறைமுகத்திலும், தொண்டித் துறைமுகத்திலும் எருமைக் கூட்டங்களைப் போல் கிரேக்க ரோமானியக் கப்பல்கள் வந்து காத்துக் கிடந்த காட்சிகளைப் பெருமிதத்துடன் அகழ்ந்தாய்ந்து வியந்து கூறியவர் இவரே. இப்போதைய 'தூத்துக்குடி'யின் உண்மைப் பெயர் 'தூற்றுக்குடியே. ஓர் ஊற்று வற்றிப் போனால், உடனே அதைத் தூர்த்து புதிய ஊற்றை வெட்டிக் கொள்ளும் பேருழைப்பு மண்டியோர் நிறைந்த நகரமே 'தூத்துக்குடி' ஆனது என்பார் கால்டுவெல்.

அவர் ஓரிருமுறை தாயகம் சென்று வந்தாலும், தம் வாழ்நாளில் மிகுதியாக 53 ஆண்டுகள் நம் தமிழ்நாட்டிலேயே வாழ்ந்து, ஊர் ஊராகச் சுழன்று வந்து ஒவ்வோர் இடத்தையும் ஆராய்ந்து பல புதிய கண்டுபிடிப்புகளைக் கூறி தமிழகத்தின் மேன்மையை உலகிற்கு எடுத்து காட்டினார். நம் தாய்த்தமிழைக் கடவுள் கற்பித்த மொழி என்றும், வடமொழிக் கால்வழி மொழி என்றும் வெகு சிலர் தவறாகச் சொன்னபோது, அது பன்னெடுங்காலம் முன்பிருந்து புழங்கிய செவ்வியல் மொழி என்றும், தனித்தியங்கும் ஆற்றல் வாய்ந்த செம்மொழி என்றும் தெள்ளத் தெளிவாக ஆய்ந்து கூறியவரே நம் கால்டுவெல்.

வடமொழி அறிஞர்களெல்லாம் சம்ஸ்கிருதம்தான் தொன்மையானது என கர்ஜித்துக்கொண்டிருந்த நிலையில்

'தமிழ் அதற்கும் தொன்மையானது, திராவிட மொழிகள் தனிக்குடும்பம்' போன்ற உண்மைகளைஆணித்தரமாக தனது ஆய்வுகளின் மூலம் உலகிற்கு நிரூபித்தார். இப்படித் தமிழுக்கும், திராவிடத்துக்குமான நெருங்கிய பந்தத்தை மிக அழகாக உலகுக்கு எடுத்துக்காட்டிய பெருமகனார் கால்டுவெல்.

'திராவிட மொழிகளின் ஒப்பிலக்கணம்' என்ற இவரின் ஒற்றைப் புத்தகம் அனைத்தையும் மாற்றியது. ஆம் இவருடைய ஒப்பிலக்கண ஆய்வு மற்றும் ஒலியியல் ஆய்வு மூலம் திராவிடக் குடும்பங்களின் தாய் மொழி தமிழ். தமிழ், தெலுங்கு, கன்னடம், மலையாளம் ஆகிய மொழிகள் எல்லாம் ஓரினத்தைச் சேர்ந்தவை என்பதை இந் நூல் மூலம் உலகம் ஒப்ப விளக்கிச் சொன்னார். இது சமஸ்கிருதத்திற்கும் முந்தையது' எனப் பல உண்மைகளை நிரூபித்தார். தமிழ் மொழியின் வேர்ச் சொற்களைக் கொண்டு, பிறமொழிகளில் பயிலும் பல சொற்கள் தமிழ்ச் சொற்களின் சிதைவே என நிறுவினார் 'மொழிக் குடும்பங்களான, இந்தோ ஆரிய மொழிக்குடும்பம், இந்தோ ஐரோப்பிய மொழிக் குடும்பம் ஆகியவற்றில் சேராத மொழிக் குடும்பம் திராவிட மொழிக் குடும்பம். இதன் தொன்மையும், வன்மையும் மிகச்சிறந்தது என ஆய்வின் முடிவில் கூறினார்.

கால்டுவெல் வருவதற்கு முன்பே திராவிடம் சிறந்திருந்தது, திராவிட மொழிக் குடும்பம் ஒன்று இருப்பது பற்றிக் கண்டு பிடித்தது இவரல்ல எனினும், அதற்கான சான்றுகளை ஒருங்கிணைத்து உறுதிப்படுத்தியவர் இவரே.

திருந்திய மொழிகளும், திருந்தா மொழிகளும்

அவரது நூலில் உள்ள சில ஆய்வுகளைப் படிக்கும் போது அவரது கடின உழைப்பைப் பற்றி நாம் அறியலாம் இதோ ஒரு பகுதி

திராவிடக் குடும்ப மொழிகளுக்கு தமிழ்தான் தாய் மொழியாகும் என்பதை எண்களின் பெயர் கொண்டு எடுத்துக்காட்டுகிறார் கால்டுவெல். தமிழின் 'ஏழு' என்னும்

எண்ணுப்பெயர் மலையாளத்திலும் ஏழு, கன்னடத்தில் ஏளு, துளுவில் ஏளு, தெலுங்கில் ஏடு என்று வழங்கப்படுகிறது. தமிழ் 'ழ'கரம் தெலுங்கில் 'ட'கரமாகும், கன்னடத்தில் 'ள'கரமாகும். ஆகவே அவை யாவும் ஒரே குடும்பம் என்று கூறுகிறார்.

மலையாளம் என்ற மொழிப்பெயரை 'மலய' என்ற வடமொழியின் திரிபு என்று சொல்வார்கள், ஆனால் தமிழில் வழங்கும் 'மல்' என்ற வேர்ச் சொல்லுக்கு வளம், வலிமை என்று பொருள். அதனால்தான் பெருங்குன்றுக்கு 'மலை' என்று பெயர் வந்தது. எனவே மலையாளம் என்ற மொழிப்பெயரே அது தமிழ்க் குடும்பம் என்று எடுத்துரைக்கிறார்.

தெலுங்கு மொழியை ஆதிப் புலவர்கள் அழைத்த பெயர் தெனுகு அல்லது தெனுங்கு என்பதே. அது அவ்வாறாயின் 'தேன்' என்ற வேரடியிலிருந்தே பிறந்திருக்க வேண்டும் என்பது ஒரு கூற்று. இது ஏற்புடைத்தாயின் தமிழ் வேரிலிருந்தே தெலுங்கு மொழியும் உருபெற்றது.

வடமொழியில் இருந்து பிறந்ததே 'கர்நாடகம்' என்று சிலர் சொல்வார்கள் ஆனால், மொழி அறிஞர் குண்டர்ட் கூற்றுப்படி 'கரு+நாடு+அகம்' என்ற தமிழடியாகப் பிறந்தது என்பதே சால்புடைத்து.

துளு மொழிக்கு எழுத்துருவும் இல்லை; இலக்கியமும் இல்லை. ஆனால் அது அச்சு வடிவம் கண்டதென்னவோ கன்னட எழுத்துருவைக் கொண்டுதான். எனவே, அதுவும் திராவிட மொழிக் குடும்பத்தின் அங்கம் என்பது ஆதாரபூர்வமாக அறியப்படுகிறது.

பிறப்புமுறை ஒலிப்புமுறை அமைப்புமுறை ஆகியவற்றால் திராவிட மொழிக் குடும்பம் ஒன்றே தமிழே அதற்கு மூலம் என்று கூறினார்.

தமிழ், சம்ஸ்கிருதத்துக்கு மாறுபட்டுத் தனித்துத் தோன்றியதென்பதையும் தனது ஆய்வு நூலில் உணர்த்தினார்.

திராவிட மொழிக் குடும்பத்தைத் திருந்திய மொழிகளென்றும் திருந்தா மொழிகளென்றும் இரண்டாகப் பிரிக்கிறார் ஆய்வாளர் கால்டுவெல்.

தமிழ் மலையாளம், தெலுங்கு, கன்னடம், துளு, குடகு ஆகிய ஆறும் திருந்திய மொழிகளென்றும், துதம், கோதம், கோண்ட், கூ, ஓரியன், ராஜ்மகால் ஆகிய ஆறும் திருந்தா மொழிகளென்றும் ஆய்ந்து அறிவிக்கிறார்.

சம்ஸ்கிருதத்திலிருந்தே திராவிட மொழிகள் பிறந்தன எனும் கூற்றை அறவே மறுக்கிறார். அத்தோடு திருந்தா மொழிகளைக் கொண்டே அதற்கு விளக்கம் அளிக்கிறார் கால்டுவெல்.

திராவிட மொழிகளின் ஒப்பிலக்கண முதல் பாகத்தில் கால்டுவெல் கூறுவதைப் பார்போம் : "திராவிட மொழிகளைச் சம்ஸ்கிருதத்திலிருந்து பிறந்தனவாகவே கொள்ளுதல் வேண்டும் என்று கூறும் கீழைநாட்டு மொழிநூலறிஞர்கள், சம்ஸ்கிருதச் சொற்கள் அறவே இடம்பெறாதனவாய் திருந்தாத் திராவிட மொழிகள் இருப்பதை அறிந்தவரல்லர். சம்ஸ்கிருதச் சொற்களை மேற்கொள்ளும் திராவிட மொழிகளும் அச்சொற்களை ஆடம்பரப் பொருளாகவும், அழகுதரும் பொருளாகவும் மதிப்பதல்லது மொழிவளர்ச்சிக்கு இன்றியமையாதனவென்று மதிப்பதில்லை." என்கிறார்.

சிங்கள இலக்கிய நூலான 'மகாவம்சம்' என்ற நூலின் துணைக்கொண்டு தமிழ் ஈழ உறவுகளையும் ஆய்வு செய்துள்ளார்.

திருநெல்வேலியில் பணியாற்றிய காலத்தில் அதன் வரலாறு பற்றி ஆய்வுகள் செய்துள்ளார். தகவல் சேகரிப்புக்காகச் சங்க இலக்கியங்களின் ஏட்டுப் பிரதிகளைப் படித்தது மட்டுமன்றி, அகழ்வாய்வுகளில் ஈடுபட்டுப் பல பண்டைய கட்டிடங்களின் அடிப்படைகளையும், ஈமத் தாழிகள், நாணயங்கள் முதலானவற்றையும் வெளிக் கொணர்ந்துள்ளார். மீன் சின்னம் பொறிக்கப்பட்ட பாண்டிய நாட்டுக் காசுகள் பல இவ்வாய்வுகளில் கிடைத்துள்ளன.

அந்தத் தேடலின்போது, 'திருநெல்வேலி மாவட்டத்தின் அரசியல் மற்றும் பொது வரலாறு' (A Political and General History of the District of Tinnevely) என்னும் நூலை எழுதினார். இது 1881 ஆம் ஆண்டில் அன்றைய மதராஸ் அரசினால் வெளியிடப்பட்டது.

இந்த நூலில் கட்டபொம்மன், ஊமைத்துரை, மருது சகோதரர்கள் பற்றிய பதிவுகள், ஆங்கிலேயர் வென்ற நிகழ்வுகள் போன்றவற்றைத் தெளிவாகக் குறிப்பிட்டுள்ளார். அதுமட்டுமன்றி, மொழியியல் நடையில் எவ்வாறு மற்றமொழிகளில் தமிழின் வார்த்தைகள் பயன்படுத்தப்பட்டுள்ளன என்பதையும் அவர் கூறியுள்ளார். தமிழில் பயன்படுத்தப்பட்ட வார்த்தைகள் எவ்வாறு கிரேக்க மொழியில் திரித்துக் கையாளப்பட்டுள்ளது என்பது பற்றியும் அந்த நூலில் தெரிவித்துள்ளார்.

இது பற்றிக் குறிப்பிட்ட இராபர்ட் எரிக் ஃபிரிக்கென்பர்க் (Robert Eric Frykenberg) என்பார், தொல்லியல், கல்வெட்டியல், இலக்கியம் ஆகிய மூலங்களிலிருந்தான தகவல்களைக் கொண்டு எழுதப்பட்ட இந்நூல் தனி நூல்களுள் முழுமைத் தன்மையில் முதன்மையானது என்றார்.

இலத்தீன், கிரேக்கம், ஹீப்ரு, ஜெர்மன், பிரெஞ்சு போன்ற மொழிகளுடன் தமிழ், தெலுங்கு, துளு, மலையாளம் போன்ற மொழிகளிலும் புலமை பெற்றிருந்தார் கால்டுவெல். தமிழ், தெலுங்கு, கன்னடம், மலையாளம் ஆகிய மொழிகள் ஓர் இனத்தைச் சார்ந்தவை, அதற்கு அடித்தளம் தமிழ் மொழியே என்பதை தாம் எழுதிய A Comparative Grammar of Dravidian Languages நூலில் புலப்படுத்தினார்.

கொற்கையிலும் காயலிலும் புதை பொருள் ஆய்வு

பல இடங்களில் ஆய்வு செய்ததில் இணக்கமான முடிவுகளைத் தொகுத்து 1877 ஆம் ஆண்டு மார்ச் மாதம் இந்தியன் ஆண்டிகுயரில் வெளிவந்த கட்டுரையை மேற்கோள் காட்டுகிறேன்.

கொற்கையை அடையாளம் கண்டது

பல ஆண்டுகளுக்கு முன்னொரு நாள் கொற்கையைப் பார்வையிடச் சென்றேன். அதுவொரு அவசரப் பயணமாக

இருப்பினும் கூட அங்கு அறிந்ததை வைத்து ஒரு முடிவுக்கு வருகிறேன். தற்போது இவ்விடம் குறிப்பிடத்தக்கதன்று. என்றாலும் இது கிரேக்கர்களால் பெரிதும் போற்றப்பட்டது. கிறித்துவின் பிறப்புக்குப் பின்னர் கிரேக்கர்கள் இங்கு முத்துக்களை வாங்கினர். பல ஆண்டுகளுக்கு முன்னர் இது முத்து வணிகத்தின் தலைமையிடமாக விளங்கியது. கோடி எனப்படும் இராமேசுவரத்துடனும் கன்னியாகுமரியுடனும் இது வணிகத் தொடர்புடையது. இதனை மக்கள் மன்னர் வளைகுடா என்று குறிப்பிட்டனர். வணிகர்கள் கொற்கையைச் சங்கின் தொட்டில் என்று குறிப்பிடுவர். இங்கு சேர சோழ பாண்டியர்கள் சகோதரர்களாகப் பிறந்தார்கள். பிறகு மூவரும் மூன்று சாம்ராஜ்யங்களை உருவாக்கினர். பாண்டியர்கள் முதலில் கொற்கையைத் தலைநகராகக் கொண்டனர். பின்னரே மதுரையைத் தலைநகராகக் கொண்டனர். கொற்கை என்பதற்குப் படைகளின் கூடாரம் எனப் பொருள்.

காயல்:

கொற்கைக்கும் கடலுக்கும் இடையில் பழைய காயல் உள்ளது. இதனை மார்க்கோபோலோ ஒரு முக்கிய நகரம் என்றும் கிழக்குக் கடலின் துறைமுகம் என்றும் குறிப்பிடுகின்றார். இவ்விடங்கள் ஒரே காலத்தில் ஆய்வு செய்யப்பட்டது. இரண்டும் தாமிரபரணியின் கரை வெளியில் உள, கடலிலிருந்து கொற்கையும் காயலும் முறையே 5, 2 மைல் தூரத்தில் உள்ளது. கொற்கை, கடல் வாணிகத்திற்கும் ஏற்றவகையில் இயற்கை அமைப்புடன் விளங்குகின்றது. காயல் சீனா, அரேபியா போன்ற நாடுகளுடன் வாணிகம் செய்தது என்பதை இங்கு கிடைத்துள்ள உடைந்த மட்பாண்டங்கள் மூலம் அறியலாம்.

இரு இடங்களிலிருந்தும் கடல் பின்வாங்கல்

காலமாற்றத்தால், காயல் கடலை விட்டு விலகிவிட்டது. போர்த்துக்கீசியர்கள் தூத்துக்குடியில் குடியமர்ந்தனர். தூத்துக்குடிதான் திருநெல்வேலி மாவட்டத்தில் தலைமைத் துறைமுகமாகும். இங்குத் துறைமுகத்தின் அருகில் ஆறில்லை.

காயலைப் போன்று கொற்கை அவ்வளவு சிறப்பான வாணிகத்தளமாக இல்லாவிட்டாலும் ஒரு காலத்தில் அதற்கு இணையாக விளங்கியது எனலாம். இதனை இங்கு கிடைத் துள்ள மட்பாண்டங்களால் அறியலாம். கொற்கையில் பரவலாக இவை கிடைத்தாலும் இதன் அருகிலுள்ள அக்கசாலையில் அதிகம் கிடைத்துள்ளன.

கொற்கையில் புதை பொருளாய்வு

இங்கு ஆய்வு நடந்த போது நான் கோவிலின் சுவரைக் கண்டேன். 12 கூலிகள் மூலம் 4 நாட்கள் இங்கு தோண்டும் வேலை நடைபெற்றது. ஆர்வத்துடனும் மகிழ்ச்சியுடனும் இவ்வேலை எனது உதவியாளரின் மேற்பார்வையில் நிகழ்ந்தது. இம்மாவட்டத்துக் கலெக்டர் எனக்கு ஒரு வேலையாளை மக்களிடமிருந்து தொல்லை வராமல் பார்த்துக் கொள்ள அனுப்பினார். அவர்கள் விரும்பாவிட்டாலும் பயன் மூலம் கிடைக்கும் பொருளின் பட்டியலை அனுப்பி வைத்தேன்.

கொற்கையின் புவியியல்

கொற்கையில் கிடைத்துள்ள பழமைச் சின்னங்களைவிடப் புவியியல் அமைப்பே வியப்புக்குரியது. இது தாமிரபரணி கரையில் உள்ளது. இது மிகப் பள்ளமான கடற்கரைப் பகுதியாகும். ஆற்று வண்டலால் மேல் பகுதி களிமண் படிந்துள்ளது. ஆழ்கடல் சங்குகளும் படிந்துள்ளன. உழவுத் தொழிலுக்குப் பயன்படாத நிலமாகவும் விளங்குகின்றது. மாறமங்கலத்தின் சாலையில் நடக்கையில் சங்குகள் காலைக் குத்துவதுண்டு. இந்நில அடுக்கின் ஆழம் சராசரி ஆறு அடிக்குமேல் இராது. குளத்தின் ஆழம் 3 அடிக்கு மேல் இராது. உப்புக் கற்களும் ஏராளமாகக் கண்டெடுக்கப்பட்டுள்ளன. உடைபடாத சிப்பிகளும் இப்பரப்பில் நிறைந்துள்ளன. பல விநோதமான சிப்பிகளும் பழைய கடற்கரைப் படுகையில் கண்டெடுக்கப்பட்டுள்ளன.

சிப்பிகளின் அண்மைக்காலத் தோற்றம்

இங்கு கிடைத்துள்ள சிப்பிகள் சில மிக அண்மைக்காலத்தில் உயிர் வாழ்ந்தது போன்று தோற்றமளிக்கின்றன. இங்கு மக்கள்

ஏறக்குறைய *2500* ஆண்டுகளுக்கு முன்னர் வாழ்ந்திருக்க வேண்டும். இதற்கு பல ஆண்டுகளுக்கு முன்னரே இந்நிலப் படிவு ஏற்பட்டிருக்க வேண்டும். கிரேக்கச் சுவடுகள் இல்லை.

காயல் போன்ற இடங்களில் எனக்குக் கிரேக்கச் சுவடுகள் கிடைத்தது. கொற்கையை அகழ்வாய்வு செய்யும் போது நான் கிரேக்க அடையாளங்களை எதிர்பார்த்தேன். எனக்கு ஏமாற்றமே கிடைத்தது. முன்னைய நிலமட்டம் தற்போது உள்ளதைவிட *8* அடிக்குக் கீழே இருந்தது. நிலத்தைத் தோண்டி எடுக்கும்போது மனித குடியிருப்புகளும் மட்பாண்டங்களும் கிடைத்தன. எதுவும் தமிழர்களுடையதாக இல்லை. இரண்டு சிங்கள செப்புக் காசுகள் கண்டெடுக்கப்பட்டன. ஆனால் கல்வெட்டு எழுத்துக்கள் தெளிவற்று மங்கியுள்ளன.

புத்தர் சிலைகள்

அமர்ந்த நிலையிலுள்ள புத்தர் சிலைகள், ஒன்று ஊரினுள்ளும் மற்றொன்று வயல்வெளியிலும் கிடைத்துள்ளன. பிறமதக் கடவுளாக இருப்பினும் இங்கு வணங்கப்பட்டிருக்கின்றனர். இவ்வாறு வெளியே எடுத்த சிலையிலும் ஒருவர் மாலையிட்டு வழிபட்டார்.

முதுமக்கள் தாழி

இங்கே மூன்று முதுமக்கள் தாழிகள் கண்டெடுக்கப்பட்டன. இங்குள்ள மக்கட்கு இது பற்றிய அறிவு எதுவுமில்லை. ஐரோப்பியர்கள் இங்கு முன்னாளில் வாழ்ந்த இனம் அழிந்திருக்க வேண்டும் என்று நம்புகின்றனர். இதற்கு வேறு சான்றுகள் கிடைக்கவில்லை. சாதாரண பாண்டங்களை விட இத்தாழிகள் சிறப்பான முறையில் செய்யப்பட்டுள்ளன. இதனுள் கிடைத்த பிற பாத்திரங்கள் அழகாக உருவாக்கப்பட்டுள்ளன.

வியப்பூட்டும் மனித எலும்புகள்

இரு தாழிகளில் எலும்புகள் இல்லை. ஆனால் எலும்புத் துகள்களும் மண்டையோடும் கிடைத்தன. இங்கு வாழ்ந்த

மக்களின் பழக்கத்தை இது காட்டுகின்றது. மண்டையோடுகளில் உப்புக் கற்கள் நிறைத்துவைக்கப்பட்டிருந்தன. இங்குள்ள மக்கள் இதனை வியப்புடன் வேடிக்கை பார்த்தனர். எனது கூடாரத்திற்கு ஒரு பெண் வந்து பார்த்துச் சென்றது விந்தையானது.

காயலில் புதை பொருளாய்வு

நான் பழைய காயலை இருமுறை பார்வையிட்டேன். ஒரு நாள் ஒன்பது இடங்களில் நிலத்தைத் தோண்டிப் பார்த்தேன். மூன்று அடிக்குக் கீழே வீட்டின் தளம் தென்பட்டது. முக்கியமான எதுவும் கிட்டவில்லை. ஒரு நாளுக்குரிய மிகச் சிறிய வேலை இது. ஆனால் ஒரு மாதமாக வேலை நடந்தது. அங்குள்ள முழுப் பரப்பையும் ஆராய்ந்ததன் மூலம் எனக்கு மார்க்கோபோலோவும், முகமதிய வரலாற்றாசிரியனும் வணிகத் தொடர்பாகக் கூறியது உண்மையென்பது புலனாகின்றது.

சீன அரேபிய மட்பாண்டங்கள்

அரேபியா சீனா போன்ற நாடுகளிலிருந்து மட்பாண்டங்கள் தருவிக்கப்பட்டதாக மார்க்கோபோலோ குறிப்பிடுகின்றார். திறந்த வெளிகளில் உடைந்த சீன அரேபிய பாண்டங்களைச் சேகரித்தனர். ஒரு வண்டி நிறைந்த பாண்டங்கள் கிடைக்குமெனினும் மாடுகளின் குளம்புப் பட்டும் ஏர்க்கால் பட்டும் அவை நொறுங்கின. எனவே, பாண்டங்கள் முழு வடிவில் கிடைக்காமல் போயின. பழைய காயலில் தற்போது லெப்பைகளும் ரோமன் கத்தோலிக்க மீனவர்களும் குடியிருக்கின்றனர்.

குருட்டு நம்பிக்கை வாய்ந்த அச்சங்கள்

ஐரோப்பியர்கள் இங்குள்ள பழமையான பொருட்களை அகழாய்வு செய்யும் போது இங்கு வாழும் மக்கள் அவற்றை பழமையாகக் கருதுவது இல்லை. மறைந்துள்ள பொருட்களை வெளிக் கொணருவது பெருமுயற்சியாகும். புதைந்துள்ள பெருஞ்செல்வங்களைக் கெட்ட ஆவிகள் காத்து வருவதாகவும், அவற்றை வெளியே எடுத்தால் அவை சினமுற்று ஊரையே

அழித்துவிடும் என்றும் அச்சமுற்றனர். கோவில் அருகில் தோண்டமாட்டேன் என்று அவர்களுக்கு உறுதியளித்தேன். ஆறுமுகமங்கலத்திலுள்ள எனது நண்பர் சில ஆண்டுகளுக்கு முன்னர் பேய்களோடு சண்டையிட்ட கதையைக் கூறுவர். அவர் முன்பு திருநெல்வேலி கலெக்டருக்கு உதவியாளராக இருந்தார். முதல் நாள் அகழாய்வுக்குப் பின்னர் இரவு அவர் கனவில் ஒரு பெண்பேய் வந்து மிரட்டியது. காலையில் விழித்தபோது கால்கள் இரண்டு கழுத்தைப் பின்னிக் கொண்டன; விடுவிக்க முடியவில்லை. இக்கதையை அவர் என்னிடம் சொல்லாமல் என் உதவியாளரிடம் சொன்னார்.

அகழாய்வில் வியப்புக்குரிய நிகழ்ச்சி

பல ஆண்டுகளுக்கு முன்னர் திருநெல்வேலி கலெக்டர் ஒருவர் புதையல் ஒன்றைத் தோண்டியெடுக்க முனைந்தார். அப்புதையல் பேய்களால் காக்கப்படுவதாக நம்பினர். அவர் பலரால் எச்சரிக்கப்பட்டும் ஐரோப்பியர் என்பதால் அதைப்பற்றி கவலைப்படவில்லை.

முதல் நாள் வேலை முடிந்ததும் தனது கூடாரத்தில் இரவில் படுத்திருந்தார். காலையில் அவர்தம் பங்களாவின் பல மைல்களுக்கு அப்பாலுள்ள பாளையங்கோட்டையில் படுத்திருந்தார். அவரது கூடாரம் ஆற்றங்கரையில் வீசியெறியப்பட்டிருந்தது. அகழாய்வு நடந்ததற்கான சுவடுகள் எதுமில்லை.

அரேபியக் காசுகள் கண்டெடுக்கப்படல்

சில ஆண்டுகளுக்கு முன்னர் முகமதிய தங்கக் காசுகள் திரு நெல்வேலி மாவட்டத்துக் காயலின் அருகிலுள்ள சாலையில் கண்டுபிடிக்கப்பட்டன. அவற்றில் ஒன்றைத் தவிர ஏனையவை அரேபிய நாணயங்கள். அவை கி.பி.13 ஆம் நூற்றாண்டைச் சார்ந்தவை. அரேபிய வணிகர்கள் இந்தியாவிற்கு வந்த போது மார்க்கோபோலோ வருவதற்கு முன்னர் 1272 இல் கொண்டு வந்தனர். புதுக்கோட்டையினின்றும் திருச்செந்தூருக்குச் சாலை போடும் போது கூலிகளால் இவை

கண்டுபிடிக்கப்பட்டன. அவ்விடம் தென் திருப்பேரிக்கு அருகில் உள்ளது. அதன் அருகில் உள்ள நகரம் ஆழ்வார் திருநகரியாகும். காயல், காயல் பட்டினம், குலசேகரப்பட்டினம் போன்ற இடங்களில் அரேபியர்கள் தங்கியிருந்து வணிகம் செய்தனர். இங்குள்ள புதையல்கள் மக்களால் கள்ளருக்கும் கலகங்களுக்கும் பயந்து புதைத்துவிட்டு பின்னர் எடுக்காமல் விட்டவையாகும். இம்மக்கள் தங்கள் உயிருடன் உடமை யான செல்வங்களையும் இழந்திருக்கின்றனர்.

1873இல் கலெக்டரால் வருமானத்துறைக்கு எழுதப்பட்ட செய்தியைக் குறிப்பிடுகின்றேன். 1872 ஆம் ஆண்டு டிசம்பர் 25 இல் ஸ்ரீவைகுண்டம் அணைக்கட்டுத் திட்டத்தின் கீழ் கால்வாய் வெட்டிக் கொண்டிருந்த தொழிலாளர்கள் செப்புக்குடம் நிறைந்த தங்க நாணயங் களைக் கண்டெடுத்தனர். அச்செப்புக்குடம் ஆறுபடி அளவு கொண்டது.

அப்புதையலின் மதிப்பு ஒரு இலட்சம் ரூபாய் ஆகும். தொழிலாளர்கள் முதலில் மறைக்க முயன்றனர். பின்னர் அது வெளியாகிவிட்டது. தாசில்தார் போய் 8000 ரூபாய் மதிப்புடைய நாணயங்களை மீட்டார். இதனை ஒரு சிறுமி தன் வீட்டினின்றும் சட்டியில் வைத்து எடுத்து மறைத்து ஓடினாள். அலுவலர்களுக்கு முன் விழுந்து சட்டி உடைந்து காசுகள் சிதறிவிட்டன. ஏனையவை புதைக்கப்பட்டன. புதைத்த சுவடுகளும் அழிந்து விட்டன. ஒரு காவல்காரர் 900 ரூபாய் மதிப்புள்ள காசுகளைத் தன் பங்குக்காக வைத்திருந்தார். நான் சட்டத்தின் மூலமாக அவற்றை மீட்க முனைந்தேன். முடியவில்லை. உரிமை வழக்கு மன்றத்தில் மீட்கப்பட்ட நாணயங்கள் பாதுகாக்கப்பட்டன. வழக்கு முடிவில் அப்புதையல் கண்டெடுக்கப்பட்டவர்க்கே உரியது என்று தீர்ப்பு வந்தது. அப்புதையல் கடற்கரையில் ஆழ்வார் திருநகரியினின்றும் 15 மைல் தூரத்தில் தாமிரபரணிக் கரையில் புதைக்கப்பட்டிருந்தது. சில நூற்றாண்டுகளுக்கு முன்னர் இது காயலில் புதைக்கப்பட்டிருக்க வேண்டும். அனைத்துக் காசுகளும் அரபியாவினுடையது. ஒன்று

ஐரோப்பிய காசு. கி.பி. 1236ஐச் சார்ந்தது. ஒன்றில் முகமதிய ஆண்டு 71 என்றும், மற்றொன்றில் முகமதிய சுல்தான் சலாவுதீன் உருவமும் பதிக்கப்பட்டிருந்தது. காசுகளின் வருணனை கீழே தரப்பட்டுள்ளது:

மொத்தக் காசுகளின் எண்ணிக்கை 31 ஆகும். எழுத்துக்கள் அரேபி கூபிக். ஒன்று பீட்டர் ஆப் அராகன் காசு. இது 1276 ஆம் ஆண்டைச் சார்ந்தது. ஏனையவை 13 ஆம் நூற்றாண்டைச் சார்ந்தவை. சில காசுகளின் காலம் ஐயத்துக்குரியவை என்றாலும் அவை 13 ஆம் நூற்றாண்டிற்கும் பிந்தியவைதான்.

திருநெல்வேலியில் முதுமக்கள் தாழிகள்

எனக்குச் சான்று காட்ட ஏதுவாக அமைந்த முதுமக்கள் தாழிகள் கிடைக்கப் பெற்ற பரப்பெல்லையைக் கண்டு கொள்ள மிக ஆர்வமாக இருந்தேன். நான் எடுத்துக் கொண்ட தாழிகள் எல்லாம் மிகப் பெரிய அளவில் மண்ணால் செய்யப்பட்டிருந்தன. அவற்றுள் மனித எலும்புகள் சிதைந்து போன நிலையில் இருந்தன. இறந்தவர்களின் வயதுக்கேற்ப அவர்களின் எலும்புகள் வைப்பதற்கேற்ற முறையில் தாழிகள் பல்வேறு அளவில் அமைந்திருந்தன. இவற்றுள் 11 அடி சுற்றெல்லையுடைய பெரிய தாழிகளும் 4 அல்லது 5 அடி சுற்றெல்லையுடைய சிறிய தாழிகளும் கிடைத்துள்ளன. ஒவ்வொரு தாழியும் வெவ்வேறான அமைப்புடன் விளங்குகின்றன. நான் ஒரே அமைப்பில் உள்ள தாழிகளைக் கண்டதில்லை. பெரிய தாழிகள் மூலம் பயிர்த் தொழிலுக்கான நீரைக் கிணற்றிலிருந்து எடுத்தனர். இத்தாழிகளில் கைப்பிடி, மூடி, கால் போன்ற எந்த உறுப்புகளும் இல்லை. இவை நடுவில் அகன்று தலையில் குவிந்துள்ளன. இவை தொழில் முறையில் மிகச் சிறப்பாக அமைக்கப்பட்டுள்ளன. இவை மண்ணால் நன்றாக வளையப்பட்டுச் சுடப்பட்டுள்ளன. ஒரு மனித உடலை வைக்கும் அளவிற்குப் பெரிய அமைப்பினதாக இவை விளங்கினாலும் கூட இவற்றின் வாய்ப்பாகம் உடலை நுழைக்க முடியாத அளவில் குறுகியதாக உள்ளது. எனவே, பிணத்தின்

சதைப் பகுதியை நீக்கிவிட்டு வெறும் எலும்புகளை மட்டுமே தாழியுள் வைத்ததாகச் சிலர் கருதுகின்றனர். பொதுவாக, பிணங்கள் உள்ளே வைக்கப்படும் முறையின் படியே சிதைவு நடைபெறுகிறது என்னும் கருத்தை தீர்மானிக்கவோ மறுக்கவோ இயலவில்லை. பெரிய எலும்புகள் மட்டுமே தாழிகளில் காணப்படுகின்றன.

ஒருமுறை ஒரு தாழியில் உள்ள எலும்பு எனக்கு வியப்பூட்டியது. அது 11 அடி சுற்றளவுள்ள தாழியாகும். எனவே பிணமானது அதில் முழுமையாக வைக்கப்பட்டிருக்க வேண்டும் என்று ஊகிக்க இடமுள்ளது. இத்தாழி கொற்கையில் தோண்டியெடுக்கப்பட்டதால் இப்பகுதியில் இவ்வழக்கம் உண்டு எனக் கருத இடமுள்ளது. இதில் மண்டையோடானது கழுத்துப் பகுதியிலே இருந்தது. என்றாலும் தோள்பட்டைப் பகுதி எவ்வாறு தாழிக்குள் நுழையும் என்று வியப்பாக உள்ளது. இவ்வெலும்புகள் வெளியே எடுக்கப்படும் போது நொறுங்கிவிடுகின்றன. எதுவுமே பாதுகாக்கப்படவில்லை. ஆனால் பெரியவரின் மண்டையோடும், பற்களும் கிடைத்துள்ளன. டாக்டர் பிரைசர்ஜன் (Fry Surgeon) தன்னுடைய ஆய்வின் மூலம் திருவிதாங்கூரிலிருந்து கூறுகிறார்: அரைக்கும் பற்களும், முன் பற்களும் தானியங்களையும், மற்ற வகை உணவுகளையும் புசித்ததால் சிதைந்து போன நிலையில் கிடைத்துள்ளன. நான் கண்ட வேறு சில தாழிகளிலும் இது போன்ற நைந்துபோன பற்களைக் கண்டேன். இதனால் பிணம் எரிக்கப்படாமல் புதைக்கப்பட்டது எனக் கருதலாம்.

இத்தாழிகளில் மனித எலும்புகளுடன் சில சிறிய மட்பாண்டங்களும் கண்டெடுக்கப்பட்டுள்ளன. சில இடங்களில் தாழிகளின் வெளிப்புறங்களில் சிறிய மட்பாண்டங்கள் அடுக்கப்பட்டுள்ளன. அனைத்து மட்பாத்திரங்களும் நாகரிகமிக்கனவாக உள்ளன. டாக்டர் ஹண்டி (Dr Huntei) இதை ஆராய்ந்துள்ளார். எனக்கு இப்பாண்டங்கள் பளபளப்பாக்கப்பட்டவையாகத் தோன்றுகின்றன. அதிகப்படியாக இந்த மட்பாண்டங்கள் கருப்பு வண்ணத்தில் உள்ளன.

ஒரு தகட்டுப் பாளத்துடன் 5 சிறிய மட்பாண்டங்கள் கிடைத்த போது அவற்றை அங்குள்ள மக்களிடம் காட்டினேன். அவர்கள் அதனை எண்ணெய்க் கலயத்துடன் ஒப்பிட்டுரைத்தனர். அப்பாண்டங்களின் பயனை அறிந்து கொள்ள முடியவில்லை. தற்போது இதுபோன்ற பாண்டங்கள் வெங்கலத்தால் செய்யப்படுகின்றன. தாழியில் இது போன்ற பாத்திரங்கள் வெங்கலத்தில் வைக்கப்படுவதற்குக் காரணம் இறந்த பின்னரும் ஆவி வாழ்ந்து உண்பதும் பருகுவதும் உண்டு என்று நம்பிக்கை கொள்வதுதான். தாழியின் வாயில் தேங்காய் அளவுள்ள வட்டமான கல்லால் மூடப்பட்டுள்ளது.

பிறப்பிடக் கொள்கைகள்

அக்காலத்தில் வாழ்ந்த மக்களுக்கு இக்கல்லறை அடக்கத்தின் பயனும் முறைகளும் தெரிந்திருக்கவில்லை. அவர்களுக்குப் பௌத்தர்களையும் ஜைனர்களையும் அறிந்து கொள்ள முடியவில்லை. இங்குள்ள மக்களிடம் ஒரு புராணக்கதை வழக்கில் உள்ளது. தாழிகளைப் புதைக்கும் வழக்கமுடைய மக்கள் இக்கதையும் உண்மையானவை என நம்புகின்றனர். ஆனால் எனக்கு இது அவர்களின் அறியாமையைக் காட்டுகின்றது. திரேதாயுகத்தில் இலட்சக்கணக்கான ஆண்டுகளுக்கு முன்னர் மக்கள் நீண்டகாலம் உயிர் வாழ்ந்தனர் என்றும் அவர்களுக்கு இறப்பில்லை என்றும் நம்பினர். ஆனால் வயது ஆக ஆக உருவம் குறுகிக் கொண்டே போகும் மிகவும் குறுகிப் போனவுடன் மக்கள் அவர்களை மாடக்குழிகளில் வைத்திருப்பர். அவர்களுடன் ஒரு விளக்கும் பொருத்திவைக்கப்பட்டிருக்கும். பிறகு முதியவர்கள் துன்புற்றால் அவர்களை ஜாடிக்குள் வைத்து சிறிய பாத்திரங்களில் உணவும் நீரும் வைத்து ஊருக்கருகில் புதைத்துவிடுவர். இத்தகைய பழங்கதைகளை மக்கள் பேசி வருகின்றனர். பெயர்களைப் பற்றிய பொருள் விளக்கங்கள், இத்தாழிகளுக்குத் தமிழில் வழங்கப்படும் பெயர் அதன் தொன்மை நிலை குறித்து தெளிவான விளக்கத்தைத் தரவில்லை. இப்பெயர் இத்தாழியின் அமைப்பை

விளக்குகின்றது. தமிழகராதி இதனை முதுமக்கடாலி என்று குறிப்பிடுகின்றது. பொது மக்கள் இதனை முதுமக்கள் தாழி என்று குறிப்பிடுகின்றனர். இரண்டுக்கும் ஒரே பொருள் தான், தாழி என்றால் கொதிப்பிற்குரிய பெரிய ஜாடி என்று பொருள். ஜாடிக்குள் வைத்திருக்கும் முதுமக்கள் சிலவேளைகளில் ஜாடியின் வெப்பம் தாங்கமுடியாமல் வெளியே வந்து ஜாடிக்குள் அமர்வதாகச் சிலர் கூறுவர். 'மதோன்மத்தா' என்றால் பித்துப் பிடித்து என்று பொருள். ஆனால் தமிழில் மிகப் பெரிய என்ற பொருளிலும் இச்சொல் கையாளப்படுகின்றது. இதனைப் பஞ்சதந்திரக் கதையின் தமிழ் வடிவத்தில் காணலாம். சரியாகத் தமிழ் பேசுபவர்களைவிட பொதுமக்களின் பேச்சுத் தமிழில் வழங்கும் பெரிய என்ற பொருளே பொருத்தமாகத் தோன்றுகிறது. புதைக்கப்பட்ட மக்கள் பிக்மிக்கள் அல்ல. தாழிகளில் புதைக்கப்பட்ட மக்கள் யாரென்ற ஐயம் இன்னும் தீர்க்கப்படவில்லை. ஆனால் தாழிகளின் அமைப்பையும், அதனுள்ளிருந்த பொருட்களையும் கொண்டு ஒருவாறு கணக்கிட முடியும். எனவே, இவ்வாறு புதைக்கப்பட்டவர்கள் பிக்மிக்கள் அல்ல என்றும், ஆனால் அவர்களைப் போன்ற அளவுடையவர்கள் என்ற முடிவுக்கும் வரலாம். மண்டையோடும் தற்போதுள்ள மக்களுடன் ஒப்பிடக்கூடியவை. பற்களும் தானியங்களை உண்ணும் மக்களின் பற்களைப் போன்றே சிதைந்துள்ளன. ஸ்டூவர்ட் அவர்களால் திறக்கப்பட்ட ஆதித்த நல்லூர் தாழியில் சாமை கண்டு பிடிக்கப்பட்டது. ஆனால் அதில் தானியம் மறைந்து உமி மட்டுமே எஞ்சியுள்ளது. இதே இடத்தில் என்னால் திறக்கப்பட்ட தாழியில் ஒரு சிறிய செம்பு வளையல் கிடைத்தது. செம்பு இதற்காகத் தற்போது பயன்படுத்தப்படவில்லை என்பது குறிப்பிடத்தக்கது.

அறியாமையுள்ள மக்கள் கிராமங்களில் வாழ்ந்திருக்கின்றனர். இவர்களின் தாழிகள் அங்கொன்றும் இங்கொன்றுமாக இல்லாமல் அதிக அளவில் நெருக்கமாக இடுகாடு போல் கிடைத்துள்ளன. இப்பகுதியில் கிடைத்துள்ள மட்பாண்டங்களையும் இரும்புக் கருவிகளையும் ஆயுதங்களையும் காணும் போது இங்கு வாழ்ந்த மக்கள்

நாகரிக மிக்கவர் என்ற முடிவுக்கு வரலாம். இன்று இதன் சுற்று வட்டாரத்தில் வாழ்கின்ற மக்களைப் போன்றே அன்றைய மக்களும் வாழ்ந்திருக்கின்றனர். இம் மக்கள் யார்? எங்கிருந்து வந்தார்கள்? ஏன் மறைந்தார்கள்? என்ற ஐயங்களுக்கு இன்னும் முடிவில்லை. இவர்கள் பிராமணீய இந்துக்கள் அல்ல என்பது என் கருத்து. ஏனென்றால் ஆரியர்கள் அறியப்படாததற்கு முன்னரே இம்மக்கள் இங்கு வாழ்ந்துள்ளனர். இதனால் இத்தாழிகள் கிறித்தவ சகாப்தத்தைவிடப் பழமையானவை என்ற கருத்தினைக் கொள்ள முடிகின்றது.

திருநெல்வேலி, மதுரை, திருவாங்கூரிலுள்ள வடக்கு தெற்குப் பகுதிகள் ஆகியவற்றில் கண்டெடுக்கப்பட்ட தாழிகள் இப்பகுதியின் வரலாற்றில் பல புதிய உண்மைகளைத் தந்துள்ளன. மற்ற பகுதிகளில் கிடைத்துள்ள தாழிகளை அறிந்து கொள்ளவும் ஆர்வமுடையவனாய் இருக்கிறேன் என்று கால்டுவெல் தமது ஆராய்ச்சியின் மூலம் கூறுகிறார்.

துணை நின்ற நூல்கள்:

1. டாக்டர் ரா.சீனிவாசன், சிலப்பதிகாரம் மூலமும் திறனாய்வும், அணியகம், சென்னை, 1997.

2. நந்தி வர்மன், கடலடியில் தமிழர் நாகரீகம், உலகத் தமிழாராய்ச்சி நிறுவனம், சென்னை, 2010.

3. ந.சி.கந்தையா பிள்ளை, சரித்திர காலத்திற்கு முற்பட்ட பழந்தமிழர், ஒற்றுமை ஆபீஸ், சென்னை 1943.

ஆனந்த விகடன்

நாளிதழ்கள்

தினமலர்,

தமிழ் ஹிந்து,

தினகரன்

❖❖❖

www.ingramcontent.com/pod-product-compliance
Lightning Source LLC
LaVergne TN
LVHW040433051026
849517LV00002B/590
9789394782020